தீராப் பகல்

# தீராப் பகல்
## எம். யுவன் (பி. 1961)

யுவன் சந்திரசேகர் (எம். யுவன்) பிறந்தது மதுரை மாவட்டம் சோழவந்தானுக்கு அருகிலுள்ள கரட்டுப்பட்டி என்ற சிறு கிராமத்தில். வசிப்பது சென்னையில். பாரத ஸ்டேட் வங்கியில் பணிபுரிந்து விருப்ப ஓய்வு பெற்றிருக்கிறார்.

மின்னஞ்சல் : writeryuvan@gmail.com

## ஆசிரியரின் பிற நூல்கள்

- ஒளிவிலகல் (2001) சிறுகதைகள்
- பயணக்கதை (2011) நாவல்
- ஏமாறும் கலை (2012) சிறுகதைகள்
- நகுலன்: தேர்ந்தெடுத்த கவிதைகள் (2012)
- நினைவுதிர் காலம் (2013) நாவல்
- ஊர்சுற்றி (2016) நாவல்
- ஒற்றறிதல் (2017) சிறுகதைகள்
- வேதாளம் சொன்ன கதை (2019) நாவல்
- தலைப்பில்லாதவை (2021) குறுங்கதை
- ஆத்மாநாம்: தேர்ந்தெடுத்த கவிதைகள் (2022)
- நிலவைச் சுட்டும் விரல் (2023) கட்டுரைகள்
- இதுவும்தான், அதுவும்தான் (2023) கவிதைகள்

### மொழிபெயர்ப்பு

- எனது இந்தியா (2005) நினைவோடை
- குதிரை வேட்டை (2020) நாவல்
- பொம்மை அறை (2015) நாவல்
- கூட்டுவிழிகள் கொண்ட மனிதன் (2019) நாவல்

எம். யுவன்

# தீராப் பகல்

காலச்சுவடு பதிப்பகம்

அன்பார்ந்த வாசகருக்கு,

வணக்கம்.

காலச்சுவடு நூலை வாங்கியமைக்கு நன்றி.

நூலின் உள்ளடக்கம், உருவாக்கம், அட்டைப்படம் இன்ன பிற அம்சங்கள் பற்றிய உங்கள் கருத்துகளையும் ஆலோசனைகளையும் காலச்சுவடு வரவேற்கிறது. தகவல், எழுத்து, வாக்கியப் பிழைகள் தென்பட்டால் கட்டாயம் தெரிவித்து உதவுங்கள். நூல் தயாரிப்பில் கடும் குறைபாடு இருப்பின் மாற்றுப் பிரதி உங்களுக்குக் கிடைக்கக் காலச்சுவடு ஏற்பாடு செய்யும்.

**மின்னஞ்சல்: publisher@kalachuvadu.com**

காலச்சுவடு நாகர்கோவில் அலுவலகத்திற்குக் கடிதம் அனுப்பலாம்.

தங்கள்
**எஸ்.ஆர். சுந்தரம் (கண்ணன்)**
பதிப்பாளர் – நிர்வாக இயக்குநர்

---

**தீராப் பகல்:** எம். யுவன் கவிதைகள் முழுத் தொகுப்பு ♦ ஆசிரியர்: எம். யுவன் ♦ © ஆர். சந்திரசேகரன் ♦ முதல் பதிப்பு: டிசம்பர் 2016, இரண்டாம் பதிப்பு: டிசம்பர் 2023 ♦ வெளியீடு: காலச்சுவடு பப்ளிகேஷன்ஸ் (பி) லிட்., 669, கே.பி. சாலை, நாகர்கோவில் 629001

**tiiraap pakal** ♦ Poems ♦ Author: M. Yuvan ♦ © R. Chandrasekaran ♦ Language: Tamil ♦ First Edition: December 2016, Second Edition: December 2023 ♦ Size: Demy 1 x 8 ♦ Paper: 18.6 kg maplitho ♦ Pages: 392

Published by Kalachuvadu Publications Pvt.Ltd., 669, K.P.Road, Nagercoil 629001, India ♦ Phone: 91-4652-278525 ♦ e-mail: publications@kalachuvadu.com ♦ Printed at Compuprint Premier Design House, Chennai 600086

ISBN : 978-93-5244-081-8

12/2023/S.No. 758, kcp 5017, 18.6 (2) uss

# பொருளடக்கம்

*முன்னுரை*: சமுத்திரத்துக்குத் தப்பிய துளிகள் 17

1. குறிப்பு 27
2. பங்களிப்பு 28
3. விலாசம் 29
4. யாரோ எழுதின கவிதை 30
5. வண்ணம் 31
6. என் புதுவீட்டில் 32
7. உருமாற்றம் 33
8. திறந்து கிடக்கும் கூண்டு 34
9. கடல் பார்க்க வந்தவன் 35
10. ஜ்வாலையின் நாட்டியம் 36
11. ஆல்பர் காம்யுவின் இரண்டு வாசகர்கள் 37
12. இப்போது 38
13. அழைப்பு 39
14. கொண்டுவந்த கடல் 40
15. தெறிப்பு 41
16. நீட்சி 42
17. தொலைந்தது எது 43
18. அணுகுதல் 44
19. மூன்று புள்ளிகள் 45
20. திருமுள்குன்றம் 46

| | | |
|---|---|---|
| 21. | குரல்கள் | 47 |
| 22. | ஊர்வலம் | 48 |
| 23. | வீடு திரும்புதல் | 49 |
| 24. | நவீன வாழ்க்கைக்கு என் சித்தப்பாவின் பங்களிப்பு | 50 |
| 25. | எதையேனும் | 52 |
| 26. | பிரவாகத்தில் ஒரு துளி | 53 |
| 27. | சர்க்கார் கட்டட அணில் | 54 |
| 28. | ஒற்றை உலகம் | 55 |
| 29. | இன்று | 56 |
| 30. | அலைவு | 57 |
| 31. | சமன்பாடு பற்றி 3 தகவல்கள் | 58 |
| 32. | பிணம் போன பாதை | 59 |
| 33. | தனிமை – இந்த முறை ஆட்டுக் குட்டிகளோடு | 60 |
| 34. | போது | 61 |
| 35. | முகத்தைப்பற்றி ஒருவரி | 62 |
| 36. | யாதுமாகி | 63 |
| 37. | என்னுடைய கதையில் . . . | 64 |
| 38. | வழிபாடு | 65 |
| 39. | பயணம் | 66 |
| 40. | நொறுங்கல் | 67 |
| 41. | ஏதோ ஒரு இரவில் | 68 |
| 42. | அகழ்ந்த நகரம் | 69 |
| 43. | இடமாற்றம் | 70 |
| 44. | இந்த உலகம் | 71 |
| 45. | உள் – வெளி | 72 |
| 46. | என் மதுக்கிண்ணம் . . . | 73 |
| 47. | விதை | 74 |
| 48. | சுழற்சி | 75 |

| | | |
|---|---|---|
| 49. | இருக்கும் இடம் விட்டு . . . | 76 |
| 50. | வருகை | 77 |
| 51. | இறுதி வடிவம் | 78 |
| 52. | மாறுதல் | 79 |
| 53. | நொறுங்கல்–II | 80 |
| 54. | ஆதிக்கனவு | 81 |
| 55. | பிளவுண்ட நாக்கை | 82 |
| 56. | ரூபம் | 83 |
| 57. | வீரப் பிரயாணம் | 84 |
| 58. | நண்பகல் | 85 |
| 59. | தேரும் இடம் | 86 |
| 60. | என்றோ | 88 |
| 61. | வீதிக் காட்சி | 89 |
| 62. | டிசம்பர் செவ்வாய் | 90 |
| 63. | கதையின் கதை | 91 |
| 64. | கண்ட காட்சி | 92 |
| 65. | வேறொரு காலம் | 93 |
| 66. | உறைபனிச் சரிவில் . . . | 94 |
| 67. | விரைதல் | 95 |
| 68. | பேட்டி | 96 |
| 69. | ருசிகரம் | 97 |
| 70. | சுருள் | 98 |
| 71. | என் உலகம் | 99 |
| 72. | சில நூறு அடி அகலமும் | 100 |
| 73. | மிச்சமில்லை எதுவும். | 101 |
| 74. | கதை சொல்லி | 102 |
| 75. | காட்சியின் அகம் | 104 |
| 76. | சில சமயம் | 105 |
| 77. | புகைச் சுவருக்கு அப்பால் . . . | 106 |

| | | |
|---|---|---|
| 78. | மறதியின் புதைசகதியில் . . . | 107 |
| 79. | வார்த்தைகளின் சிதையில் . . . | 108 |
| 80. | நகரின் புறத்தில் வீடுகள் . . . | 109 |
| 81. | ஒரு இலை உதிர்ந்ததில் . . . | 110 |
| 82. | வேடிக்கையாய் இருக்கிறது . . . | 111 |
| 83. | அறிவு – இயல் . . . | 112 |
| 84. | புவி ஈர்க்க . . . | 113 |
| 85. | கனவில் ஒட்டகம் வந்தது . . . | 114 |
| 86. | வளர்ச்சி என்ற ஒரு சொல்லின் . . . | 115 |
| 87. | அவித்த முட்டையின் மேல் . . . | 116 |
| 88. | அம்மை பிள்ளைத் தமிழ் | 118 |
| 89. | திரும்புதல் | 119 |
| 90. | பொதுமை | 120 |
| 91. | 8 6 2002 - மங்களூர் மெயில் - காலை 6.30 | 121 |
| 92. | கேட்கிறதா . . . | 122 |
| 93. | சாசனம் | 123 |
| 94. | பயணி | 124 |
| 95. | கடற் திட்டிலிருந்து . . . | 125 |
| 96. | பிறழ்ச்சி | 126 |
| 97. | மறுநாள் காலை | 128 |
| 98. | இப்போது பறவை | 129 |
| 99. | ஒரு முத்தத்தை நோக்கி நகர்வதும் . . . | 130 |
| 100. | ஆதிக் குதிரையின் . . . | 131 |
| 101. | எனது பணி . . . | 132 |
| 102. | ஆறுதல் | 133 |
| 103. | பார்வை | 134 |
| 104. | பக்கம் | 136 |
| 105. | நடக்க நடக்கத் திறக்கிறது . . . | 137 |
| 106. | அந்தச் சதுக்கத்தில் . . . | 138 |

| | |
|---|---|
| 107. இலைப் பேச்சு | 140 |
| 108. கிழக்கே தலைவைத்துப் படுக்கிறான் . . . | 141 |
| 109. என் தாயின் யோனிப் புழையும் . . . | 142 |
| 110. வெளிச்சம் தன் இமையை . . . | 143 |
| 111. எச்சம் | 144 |
| 112. என்னுடைய புத்தகத்தில் . . . | 145 |
| 113. உலகின் தலைசிறந்த கவிஞர்கள் பலர் . . . | 146 |
| 114. பிற்பகல் தூக்கம் | 148 |
| 115. அறிதல் | 149 |
| 116. நான், நீ, மற்றும் நாம் | 150 |
| 117. தூரிகையின் கடைசித் தீற்றலில் | 160 |
| 118. யார் யாரோ திரித்த கயிறுகள் | 161 |
| 119. மீண்டும் | 162 |
| 120. ஆசுவாசம் | 163 |
| 121. பண்டிகை நாளின் பிற்பகலாய் . . . | 164 |
| 122. இந்தச் சிங்கம் | 165 |
| 123. இறுதி நாளில் | 166 |
| 124. ஆற்றாமை | 167 |
| 125. வெட்ட வெட்ட . . . | 168 |
| 126. முன் | 169 |
| 127. தவளையின் அழுகுரல் . . . | 170 |
| 128. கைமாற்றாய் வாங்கின நாள் ஒன்றை . . . | 171 |
| 129. சுழற்பாதை | 172 |
| 130. நிரம்புதல் | 174 |
| 131. நான் தோன்று முன்பே புறப்பட்டு . . . | 175 |
| 132. முடிவதற்கு முன்பே . . . | 176 |
| 133. சீறும் நதியின் பிரவாகம் . . . | 178 |
| 134. இந்த மைதானத்துக்கு . . . | 179 |
| 135. இருளின் சுழற் படிக்கட்டில் | 180 |

| | |
|---|---|
| 136. அந்தப் புகைப்படம் | 182 |
| 137. ஆன விதம் | 184 |
| 138. இன்று காலை . . . | 186 |
| 139. நான்தான் என்கிறது . . . | 188 |
| 140. மிச்சம் | 190 |
| 141. கணிப்பொறிக் காலம் | 192 |
| 142. கற்புலியின் உக்கிரம் . . . | 194 |
| 143. மழைநாள் இரவு | 195 |
| 144. கதையின் பகுதியாய் இருந்தவாறே . . . | 196 |
| 145. கைமறதியாய் வைத்த நாள் | 197 |
| 146. மேலும் | 198 |
| 147. பாறை | 200 |
| 148. நேற்றிரவு உரையாடி . . . | 201 |
| 149. வாண்டுமாமாவின் கதையிருந்தோ . . . | 202 |
| 150. யார் | 203 |
| 151. உலகப் படத்தில் ஒட்டியிருந்த . . . | 204 |
| 152. பரிச்சயமான குரல்தான் அது . . . | 206 |
| 153. இல்லாத நாள் | 208 |
| 154. கவிஞன் வெளியேறிவிட்டான் . . . | 210 |
| 155. பாடுபொருள் | 211 |
| 156. கடைசி நண்பன் | 212 |
| 157. அலைவெளி | 214 |
| 158. இரவின் குவளை | 215 |
| 159. எதிர் – காலம் | 216 |
| 160. பெயர் தெரியாத உணர்ச்சிக்கு ஆட்பட்டு . . . | 217 |
| 161. ஆனால் நீ அறிய மாட்டாய் . . . | 218 |
| 162. விதையைப் பார்த்தே . . . | 220 |
| 163. வந்தேறி | 221 |
| 164. இசைவு | 222 |

| | |
|---|---|
| 165. ஒரே கணம்தான் . . . | 224 |
| 166. பின்னொரு நாள் | 226 |
| 167. இரட்டையர் | 228 |
| 168. எழுதப்பட்ட பல்லாயிரம் வரிகளுக்கு . . . | 230 |
| 169. யாரோ | 232 |
| 170. நான் அறியாத வேளையில் . . . | 233 |
| 171. மழைநாள் தவறாமல் . . . | 234 |
| 172. நீர் அல்ல . . . | 235 |
| 173. வேலை முடிந்தும் ஒரு தினம் . . . | 236 |
| 174. திரையரங்குக்கும் மருத்துவமனைக்கும் . . . | 238 |
| 175. மாநகர பூமி முதன்முதலாய் அதிர்ந்து . . . | 240 |
| 176. ஹம்பி | 242 |
| 177. ஒரு குடம் தண்ணீர் ஊற்றி . . . | 244 |
| 178. நெடுங் கணம் | 246 |
| 179. உண்ணவென்று எடுத்த கவளத்தை . . . | 248 |
| 180. நனவிலிருந்து கனவுக்கு இட்டுச் செல்லும் . . . | 250 |
| 181. மழலைப் பேச்சில் இலக்கணம்போல . . . | 252 |
| 182. ஒரு பறவை கூவி . . . | 254 |
| 183. செயற்கையாய் அமைந்த அகழிக்கு . . . | 255 |
| 184. பெருவெடிப்பு நிகழ்ந்த . . . | 256 |
| 185. சென்ற முறை வந்தபோது . . . | 258 |
| 186. ஆளரவமற்ற வீட்டில் . . . | 259 |
| 187. புதைபாடுகளை நீங்கி எழுந்து . . . | 260 |
| 188. வட்டாட்சியர் அலுவலக அடையாளமாய் . . . | 262 |
| 189. மண்புழுக்கள் இரவில் தூங்குமா? . . . | 263 |
| 190. பள்ளிக்கூடம் விட்டுவந்த குழந்தைகளின் . . . | 264 |
| 191. மீன்களும் இப்படித்தான் . . . | 265 |
| 192. அந்தரங்கம் | 266 |
| 193. புரியாச் சிறுவன் | 268 |

| | |
|---|---:|
| 194. ஆகாய வெளிர்நீலத்தை . . . | 270 |
| 195. பங்காளி | 272 |
| 196. எங்கிருந்து வந்தேனென . . . | 274 |
| 197. மோட்டார் ஒசைகள் நெரியும் . . . | 276 |
| 198. பூமி குளிர்ந்த நாளில் இறுகிய . . . | 277 |
| 199. கொலுசணிந்த பாதங்களும் . . . | 278 |
| 200. முதலில் . . . | 279 |
| 201. மிதக்கும் சுடர் | 280 |
| 202. கண்ணிமைக்காமல் பார்த்துக்கொண்டே . . . | 282 |
| 203. அப்பாவின் சுட்டுவிரல் எனக்குள் . . . | 284 |
| 204. ஒரு கணம் வரமாக மறுகணம் சாபமாக . . . | 286 |
| 205. காக்கைப் பாட்டு | 288 |
| 206. செல்கின்றன . . . | 289 |
| 207. வளர்ப்பு மரம் . . . | 290 |
| 208. காளமேகத்தின் பதினேழு பாடல்கள் . . . | 292 |
| 209. அலைகளோடும் வலைகளோடும் . . . | 294 |
| 210. எதிரெதிர் | 296 |
| 211. இன்னொரு கனவு | 298 |
| 212. இருளின் சதைக்குள் . . . | 300 |
| 213. தோற்றப் பிழை | 301 |
| 214. இன்றை நேற்றாக்கும் முயற்சியில் . . . | 302 |
| 215. முன் அறியாத ஒருவர் . . . | 304 |
| 216. அன்புள்ள ஜெனோ . . . | 306 |
| 217. வெண்ணிற நாரைகள் . . . | 308 |
| 218. நீலப்படத்துக்கு நிகரான கலைப்படத்தில் மூழ்கி . . . | 310 |
| 219. சமரசம் | 312 |
| 220. அப்போது சிறுவனாய் இருந்தேன் . . . | 314 |
| 221. சர்சர்ரென்று விரைகின்றன கார்கள் . . . | 316 |

| | |
|---|---:|
| 222. தோழமை | 318 |
| 223. சில வேளை | 320 |
| 224. மொட்டை மாடியில் கிடந்தேன்... | 322 |
| 225. உருகிய மெழுகெனக் கொழகொழத்து... | 324 |
| 226. திட்டங்களை... | 326 |
| 227. எவ்விதம் | 327 |
| 228. அஞ்சலி | 328 |
| 229. இன்னொரு காக்கை | 330 |
| 230. முன் சென்றிராத நகரத்தின்... | 332 |
| 231. கோடானுகோடித் தலைகளின் மேல் நடந்து... | 334 |
| 232. மூன்றாம் தெருவில் நின்றவனிடம்... | 336 |
| 233. பூமிப் பந்தின் உச்சியில்... | 338 |
| 234. மீன்களின் சுதந்திரம் அபரிமிதமானது... | 340 |
| 235. அறிவுக்கு உருண்டையாக... | 341 |
| 236. இக்கரை நீங்கி அக்கரை போகும் படகு... | 342 |
| 237. லட்சோப லட்சம் பேர்... | 343 |
| 238. கைவசம் ஒரு பந்து இருக்கிறது... | 344 |
| 239. அந்தரத்தில் நிற்கும் வலி... | 346 |
| 240. அறைக்குள் சுற்றிவரும்... | 348 |
| 241. என்னோடு நான் நின்றிருந்தேன்... | 350 |
| 242. எதிர் இருக்கை இளம்பெண்... | 352 |
| 243. பாட்டி கதையிலிருந்தோ... | 354 |
| 244. மொழிக்குள் சிறையிருந்த பட்டாம் பூச்சியை... | 356 |
| 245. இருத்தலும் இலமே... | 358 |
| 246. ஒன்றன் மீதொன்றாய்ச் செங்கல்லும்... | 368 |
| 247. அடிவயிற்றைப் பிணைத்த இழையில்... | 370 |
| 248. ஒரு சொல்லில் தொடங்கி... | 371 |
| 249. கோலிக்காயில் வென்ற... | 372 |
| 250. கண்ணாடிப் பாதை | 373 |

| | |
|---|---|
| 251. பிறந்தது முதலாய் . . . | 374 |
| 252. பேசிக்கொண்டே இருக்கிறார்கள் . . . | 375 |
| 253. வீழும்போது உருண்டையாய்த் திரண்டு . . . | 376 |
| 254. மூன்றாம் பிறை வடிவாய் . . . | 377 |
| 255. துருத்தி . . . | 378 |
| 256. பகல் . . . | 379 |
| 257. இருந்த காலமெல்லாம் . . . | 380 |
| *பின்னுரை*: தொகுத்துக்கொள்கிறேன் | 381 |

முன்னுரை

# சமுத்திரத்துக்குத் தப்பிய துளிகள்

எம். யுவன் தொண்ணூறுகளின் ஆரம்பத்திலிருந்து கவிதைகள் எழுதி வருகிறார். அந்தக் காலப்பகுதியில் 'தெற்கிலிருந்து சில கவிதைகள்' என்ற தொகுப்பு வெளிவந்தது. மதுரையையும் மதுரைக்குத் தெற்கிலுள்ள ஊர்களையும் சேர்ந்த வெவ்வேறு கவிஞர்களின் கவிதைகள் நண்பர் சமயவேலால் தொகுக்கப் பட்டு வெளியானது. தமிழ்ப் புதுக்கவிதையில் இடஒதுக்கீட்டை நிர்ணயித்த கியாதி இந்தத் தொகுப்புக்கு உண்டு. எம். யுவன் என்ற கவிஞரை நான் வாசித்தது இந்தத் தொகுப்பில்தான். அவரது இரண்டு கவிதைகள் அதில் இடம்பெற்றிருந்தன. யுவனின் பிற்காலக் கவிதைகளில் தென்படும் தனித்தன்மை எதுவும் அந்தக் கவிதைகளில் இல்லை. அன்றைய கவிதை மொழியில் அனுபவத்தை முன்வைத்தன என்பதைத் தவிர அவரது கவித்துவத்தை அடையாளம் காட்டுவனவாக அவை இல்லை. மொத்தத் தொகுப்பில் அவை சேர்க்கப்படாததற்கு ஒருவேளை இது காரணமாக இருக்கலாம்.

அந்த இரு கவிதைகளில் தொடங்கி அவர் எழுதிக்கொண்டிருக்கும் இந்த இருபத்தைந்துக்கும் மேற்பட்ட ஆண்டுகளில் எம். யுவனின் கவிதைகளை வாசகனாகவும் கவிஞனாகவும் பின் தொடர்ந்து வருகிறேன். சில சமயம் மீள்வாசிப்பாகவும் சில சமயம் இணையாகவும் வேறு சில சமயங்களில்

முன்னால் போய்விட்டவரை எட்டிப் பிடித்துவிடும் ஆற்றாமை யுடனும் பின்தொடர்கிறேன். எம். யுவனின் இன்றுவரையான மொத்தக் கவிதைகளின் தொகுப்புக்கு முன்னுரை எழுத எனக்கிருக்கும் தகுதியும் இதுவே.

பொருட்படுத்தத் தகுந்த கவிதைகள் வாயிலாகக் கவனத்தை ஈர்த்த / ஈர்க்கும் கவிஞர்களைப் பின்தொடர எனக்கு தனிப்பட்ட காரணங்கள் இருக்கின்றன. நானும் ஓர் அங்கமாகச் செயல்படும் கவிதையுலகில் எங்கே நிற்கிறேன், சக கவிஞர்கள் என்ன செய்கிறார்கள், நாங்கள் கையாளும் மொழி என்ன மாற்றங்களுக்கு உள்ளாகிறது, கவிதையின் மையங்களும் வடிவங்களும் என்னவாக உருமாற்றம் பெறுகின்றன என்பனவற்றை உறுதிப்படுத்திக் கொள்ள இந்தப் பின்தொடரல் அவசியமாக இருக்கிறது. என்னுடைய கவிதை மொழியை மேம்படுத்திக்கொள்ளவும் மையப்பொருள்களைத் தேர்ந்தெடுத்துக்கொள்ளவும் கவிதை அல்லாத ஒன்றை விலக்கிக்கொள்ளவும் இந்த ஒப்பீடு முக்கியமாகிறது. அவ்வாறு சுயநிர்ணயம் செய்துகொள்ள நான் நம்பி வாசிக்கும் கவிஞர்களில் ஒருவராக எம்.யுவன் எப்போதும் இருந்து வருகிறார்.

'ஒற்றை உலகம்' என்ற யுவனின் முதல் தொகுப்புக்கு எழுதிய மதிப்புரையில் (*காலச்சுவடு – செப்டம்பர் 1996*) சுந்தர ராமசாமி 'யுவன் நவீன காலத்திற்கு உரிய இளம் கவி' என்று குறிப்பிட்டிருந்தார். அதை முதலில் வாசித்தபோது மண்டைக்குள் லேசாகப் புகை மூண்டது. 'இவர் மட்டும் நவீன காலத்துக் கவி என்றால், நானெல்லாம் என்ன கற்காலத்துக் கவியா?' என்று அவரிடம் குறைப்பட்டுக் கொண்டேன். என் கவிதையைப் பற்றி அவரிடம் பேசிய ஒரே சந்தர்ப்பம் அது மட்டுமே. தொலைபேசியின் மறுமுனையில் சுந்தர ராமசாமி மெல்லப் புன்னகைப்பதை ஊகிக்க முடிந்தது. 'இல்லை, அதை அப்படி எடுத்துக் கொண்டீர்களா என்ன? நான் மதிப்புரையில் தெளிவாகச் சொல்லியிருக்கிறேன் என்று நினைக்கிறேன்.யுவன் கவிதையின் நோக்கங்கள் விவரிப்பு, விசாரணை, விசாரம். அதில் விசாரத்தைவிட விசாரணையும் விசாரணையை விட விவரிப்பும் வலுவாக இருப்பவை. விசாரம் குறைவு. உங்கள் கவிதையில் விசாரம்தான் அதிகம். உங்களுக்கு அப்படித் தோன்றியதில்லையா?' என்ற அவரது பதிலால் புகை மூட்டம் கலைந்தது. சுந்தர ராமசாமி என்னுடைய கவிதையை என்னவாக நினைக்கிறார் என்பதற்கான சமிக்ஞையைக் கண்டுகொண்டேன் என்பதில் கிடைத்ததை விட அதிக மகிழ்ச்சி யுவனின் கவிதைகளைத் திறப்பதற்கான சூத்திரத்தைக் கற்றுக் கொடுத்தார் என்பதில்தான்.

**ந**வீன கவிதையின் முதன்மையான இயங்கியல் கூறுகள் யுவனின் கவிதையாக்கத்தில் தொடர்ந்து செயல்படுகின்றன. அவரது கவிதைகளுக்கு முன்மாதிரிகளோ பின் தொடர்ச்சி களோ இல்லை. கவிதை மரபின் முன்னோ பின்னோ முன்வைக்கப்படாமல் அதன் இடைப் பகுதியின் உயிரோட்டமே அவரது கவிதையாக்கத்தில் பங்கு வகிக்கிறது. உற்பத்தி யாகும் ஊற்றுக் கண்ணையோ சங்கமமாகும் கடல் மடியையோ தெரிந்துகொள்ளாமல், வானையும் புறங்களையும் பிரதிபலித்து ஓடும் இடை ஆற்றில் நிகழும் சலனங்களையும் சஞ்சாரங்களையும் பார்க்கிறோமே அதுபோன்ற பார்வையை யுவன் கவிதைகள் கோருகின்றன. காலமும் முடிவற்ற ஓட்டமாக அல்லாமல் தொடக்கமும் முடிவும் விலக்கப்பட்ட நிகழ் விள்ளலாகவே கவிதைக்குள் அமைகிறது. இறந்த காலத்தை விவரிக்காமலும் புலனாகாத எதிர்காலம் பற்றி விசாரப்படாமலும் நிகழ்காலத்தை விசாரிப்பதை மட்டுமே யுவனின் கவிதைகள் மேற்கொள்கின்றன. விரிந்த பொருளில் எல்லாக் காலத்திலும் கவிதை அதன் நிகழ்காலத்தைப் பற்றியே அக்கறைப்படுகிறது. பழைய கவிதையின் மறு ஆக்கமாக அமையும்போதும் நிகழ்கால மனநிலையை ஒட்டியதாகவே இயங்கக் கட்டாயப்படுத்துகிறது. இந்த அக்கறையையும் கட்டாயத்தையும் நவீன கவிதை இன்றியமையாத கூறாகவே வலியுறுத்துகிறது என்று எண்ணுகிறேன். நவீன கவிதை முற்றிலும் நிகழ்காலத்தின் மனநிலையைச் சார்ந்தது. எனவேதான் நவீன கவிதையில் புராணங்களின் திரும்பக் கூறலோ காவியங்களின் உருவாக்கமோ சாத்தியம் இல்லை. நவீன கவிதையின் மையநோக்கம் நிகழ்கால வாழ்வை 'வியத்தலும் இகழ்தலும்' இன்றி அணுகுவது. இந்தக் கூறுகள் துலங்கும் கவிதையாக்கங்களில் ஒன்றாகவே எம். யுவனின் கவிதைகளைக் காண்கிறேன்.

யுவன் கவிதைகள் கவனத்துக்கு வந்த தொண்ணூறுகளில் எழுதப்பட்ட கவிதைகளில் மேற்சொன்ன கூறுகளில் நுட்பமான மாறுதல் நிகழ்ந்தது. அதற்கு முந்தைய காலப் பகுதியில் எழுதப்பட்ட கவிதைகளில் மங்கலாகத் தீட்டப்பட்ட இடங்களும் தோராயமாகச் சுட்டப்பட்ட காலமும் இந்த நாட்களில் தெளிவு பெறத் தொடங்கின. கவிதைக்கு நிகழிடமும் காலமும் கவிதையாக்கத்தில் துலக்கம்பெறத் தொடங்கின. கூர்ந்த கவிதை வாசகருக்குத் தமது வாசிப்பிலேயே அந்த இடங்களை அடையாளம் காண முடிந்தது. கலாப்ரியாவும் தேவதச்சனும் கவிதையை நடத்திச் செல்லும் தெருக்கள் சந்தேகமின்றி திருநெல்வேலித் தெருவும் கோவில்பட்டித் தெருவும்தான் என்பதை இனங்காண முடிந்தது. ஆத்மாநாம் கவிதைகளில் தொனிக்கும் எதிர்வினையிலிருந்து கவிதைக்குள் பேசப்படும்

சம்பவத்தின் காலத்தை ஊகிக்க முடிந்தது. இதைத் தமது கவிதைகளில் விரிவாகச் செய்தவர் விக்ரமாதித்தியன் என்று சொல்லலாம். தொண்ணூறுகளில் எழுதப்பட்ட கவிதைகளில் பிரத்தியேக இடஞ்சுட்டலும் காலக்குறிப்பும் துலக்கம் கொண்டது ஒரு பொது இயல்பு. இந்தப் பொது இயல்பிலிருந்து விலகியவை யுவனின் கவிதைகள்.

யுவன் கவிதைகளில் இடமும் காலமும் குறிப்பிடப்படுகின்றன. ஆனால் அவை வரையறைகளை மீறியவை. இடமற்ற ஓர் இடத்தையும் காலமற்ற ஒரு காலத்தையுமே யுவன் கவிதைகள் கொண்டிருக்கின்றன. இந்தத் தொகுப்பில் சேர்க்கப்படாத 'கன்யாகுமரி'யைப் பற்றிய கவிதை நினைவுக்கு வருகிறது. அதில் குறிப்பிடப்படும் இடம் கன்யாகுமரி மட்டுமே. அந்த இடத்தில் நிகழ்வதாகக் கவிதை கையாளும் சம்பவம் அந்தக் காலத்தினது மட்டுமே. இட கால வரம்பை மீறாத கவிதை அது. ஆனால் இந்தத் தொகுப்பில் உள்ள 'ஹம்பி' கவிதை அதன் இடத்தையும் காலத்தையும் விஞ்சிப் பொருள்படுகிறது. அழிந்துபோன பெரு நகரின் வீதிகள்; விதானம் சிதைந்த கடைத் தெருக்கள், வெற்றுத் தரையாக மாறிய தடாகம், சிதைந்த சிற்பம் இவற்றுக்கு இடையில் காலத்தைத் தேக்கியும் கட்டவிழ்த்தும் ஊரும் நதி. இவற்றின் பின்புலத்தில் கவிஞர் எதிர்கொள்வது நிகழ்கால அனுபவத்தையே.

> அதோ, நீராடி
> திரும்பி நின்று
> உடைமாற்றும் பேரிளம்பெண்
> தன்னுணர்வின்றிக் காட்டும்
> ஒற்றை முலை வீசும் வசீகரம்
> எந்த நூற்றாண்டைச் சேர்ந்தது?

என்ற கேள்வி நிகழ்காலத்தைச் சேர்ந்தது. ஏனெனில் அங்கே நடப்புக் காலச் செயல்தான் – நீராடித் திரும்பும் பெண்ணின் நடவடிக்கைதான் – காட்டப்படுகிறது. அதுதான் கடந்த காலத்தையும் நிகழ் காலத்துக்குள் இழுத்துவந்து சேர்க்கிறது. இந்தச் சேர்க்கையில் கவிதையின் காலம், காலத்தை மீறியதாக நிலைக்கிறது. இடமும் விரிந்து இன்னொரு இடமாகிறது. இடம், ஹம்பி என்றும் காலம் கவிஞர் பார்த்த கணமென்றும் சொல்லப்பட்டாலும் ஹம்பியல்லாத இடத்திலும் குறிப்பிட்ட காலமல்லாத பொழுதிலும் இது சாத்தியமாகலாம். 'அகழ்ந்த நகரம்' என்ற இன்னொரு கவிதையையும் இதே முறையில் அணுக முடியும்.

சரி, 'பிழைத்த தென்னந்தோப்பு' (பாரதி), புதுச்சேரியையும் புயல் வீசிய நாளையும் மட்டுமோ, பாழ்நிலம் (டி.எஸ்.இலியட்) யுத்தத்தில் காயம்பட்ட ஐரோப்பிய மண்ணையும் போர்க் காலத்தையும் மட்டுமோ சொல்வதுடன் நின்றுவிடுகின்றனவா?

ஒருவிதத்தில் கவிதையின் சூக்கும குணம் இது. திணையும் துறையும் திட்டமாக வரையறுக்கப்பட்ட சங்கக் கவிதைகள் அவற்றின் களத்தையும் காலத்தையும் மீறி இன்றும் பொருள்படுவதும் அனுபவமாவதும் இதனால்தான். நவீனத்துவக் கவிதை இதைத் தனது அடிப்படை அலகுகளில் ஒன்றாகவே ஏற்றுக்கொண்டது என்று தோன்றுகிறது. குறிப்பான ஒன்றைச் சொல்லி அதைக் கடந்ததாக மாறும் சூக்குமம் செயல்படும் பெரும்பான்மையான கவிதைகள் எம். யுவனுடையவை. அவை நவீனத்துவமானவை; நவீன மானவை. அதே சமயத்தில் அவற்றைத் தாண்டியவையும்.

**யுவன்** கவிதைகள் துல்லியமான கட்டமைப்பு உடையவை. கவிதையின் பொருளுக்கு அல்ல; உருவத்துக்கே முக்கியத்துவம் அளிக்கிறார் என்ற எண்ணம் எழும் அளவுக்கு செய்நேர்த்தி கொண்டவை. இந்த உருவக் கச்சிதம் காரணமாகவே அவை உணர்ச்சிப் பெருக்குக்கு இடமளிப்பதில்லை என்று எண்ணுகிறேன். மிகக் கவனமாகத் தேர்ந்தெடுக்கப்பட்ட சொற்களாலேயே கவிதை உருவாக்கப் படுகிறது. பிரக்ஞைபூர்வமாகவே உணர்வுக்கான பங்கையும் அனுமதிக்கிறார். இந்தக் குடுவையில் இன்னும் ஒரு சொட்டு நீர் விழுந்தாலும் வழிந்துவிடும் என்பதுபோலவே உணர்ச்சி மிகுந்துவிடாத நிலையிலேயே யுவன் கவிதைகள் முழுமை பெறுகின்றன. ரொமாண்டிக்கான வார்த்தையையும் அதற்கான வாய்ப்பையும் தெரிந்தே தவிர்க்கிறார்.

'கதையின் கதை' ஓர் உதாரணம்.

கடைசி ஞாபகத்தைத்
துடைத்தெறிந்த
கடைசி மனிதன் நான்தான்
என்பது சற்று முன்தான்
எனக்கே தெரியும்.
உங்களுக்கும் தெரிவித்து
விட்டேன் உடனே.
ஆனால் பாருங்கள்,
அரையிருட்டறையில்
நேற்றிரவு பிறந்த
குழந்தை அறியாது
இவையொன்றும்.
வீரிட்டு
பசியறிவிக்கும்
பஞ்சு உதடுகளின் இடைவெளியில்
கதைகளின் வெண்ணிறத் தாரையைப்
பீய்ச்சுகிறது
வெளிப்போந்து
சரிந்த
தாய் முலை.

கவிதையை வாசிக்கும் ஒவ்வொரு முறையும் 'பஞ்சு உதடுகள்' என்ற சொற்களுக்குப் பதில் பிஞ்சு உதடுகள் என்றிருந்திருக்கலாம் என்று ஆசைப்பட்டிருக்கிறேன். அதன் மூலம் கவிதை இன்னும் உணர்ச்சிகரமானதாக ஆகியிருக்கும் என்றும் யோசித்திருக்கிறேன். குழந்தை என்ற தகவல் தெரிவிக்கப்பட்ட பின்பு அதைப் பிஞ்சு என்று மீண்டும் எழுதுவது கூறியது கூறலாகவும் உணர்ச்சியைக் கூட்டுவதாகவும் ஆகலாம் என்று கவிஞர் நினைத்திருப்பார்போல. எனவே பஞ்சின் மென்மை என்ற பருண்மை போதும் பிஞ்சு என்ற சூக்கும விவரம் தேவையில்லை என்றே கவிதை முழுமை பெறுகிறது.

யுவன் கவிதைகளை வாசித்த ஆரம்ப காலங்களில் அவரைச் சுந்தர ராமசாமியின் கவிதையாக்க முறையைப் பின்பற்றுபவராக எண்ணியிருந்தேன். அப்படி எழுதியுமிருக்கிறேன். வார்த்தைக் கச்சிதம், ததும்பாத மொழி, அறிவுநிலை சார்ந்த கட்டமைப்பு ஆகிய ஒற்றுமைகள் இந்த எண்ணத்தை ஏற்படுத்தின. தொடர்ந்த வாசிப்பில் வேற்றுமைகள் புலப்பட்டன. சுந்தர ராமசாமியின் கவிதைகள் முடிவை நோக்கிச் செல்பவை. கவிஞரின் தீர்மானம் கவிதையின் முடிவில் வெளிப்பட்டுவிடும் தன்மை கொண்டவை. யுவன் கவிதைகள் கவிஞரின் தீர்மானத்தை வெளிப்படுத்தாதவை. அது வாசிப்பவரின் மனப்போக்குக்கே விடப்படுகிறது. இரண்டு கவிதைகளை ஒப்பிட்டு இதைப் பார்க்கலாம். சுந்தர ராமசாமியின் 'இந்த நிழல்' கவிதையையும் யுவனின் 'குறிப்பு' என்ற கவிதையையும். நிழல் பாதத்தின் அடியிலிருந்தா அல்லது விளிப்பிலிருந்தா ஆரம்பிக்கிறது என்று தொடங்கும் கவிதை காலைத் தூக்கிப் பார்க்க உடன்படாமல் பூமியில் நிற்கும்போது நிழல் எங்கிருந்து ஆரம்பிக்கிறது என்று தெரிந்துகொள்ள வேண்டும் என்ற சிக்கலுடன் முடிகிறது. அங்கே வாசகருக்குக் கவிஞரின் முடிவையொட்டிய விசாரமே முன்வைக்கப்படுகிறது. யுவன் கவிதை கிளி என்பது பறவை, நிறம், மூக்கு. பெண், கூண்டு என்று அடுக்கி வந்து அது ஒருவேளை கிளியையும் குறிக்கலாம் என்று முத்தாய்ப்புக் கொள்கிறது. வாசகர் மனநிலைக்கு இசையக் கிளியைத் தீர்மானித்துக்கொள்ளும் வாய்ப்பை அளிக்கிறது. இந்த ஒப்பீடு குறைநிறையை எடைபோட அல்ல. கவிதை பொருள்படும் முடிவற்ற வாய்ப்புகளைப் பற்றியது. மேற்சொன்ன அவதானிப்பே யுவன் கவிதைகளின் தனித்துவத்தை எனக்கு உணர்த்தியது.

இன்று எழுதப்பட்டு வரும் திறந்த கவிதைகளுக்கு யுவனின் கவிதைகள் முன்மாதிரிகளாக இருக்கலாம்.

புதுக் கவிதையின் அணிகள் என்று சொல்லப்பட்டவற்றை அவரது பெரும்பான்மைக் கவிதைகள் துறந்திருக்கின்றன. மேலே உதாரணம் காட்டிய 'குறிப்பு' அதில் ஒன்று. அதில் படிமமோ உருவகமோ சொல்லிணைவுகளோ இல்லை. வெளிப்படையான சொற்களில் வெளிப்படையாகவே கவிதை இயங்குகிறது. பொதுவாகக் கவிதைமீது சாட்டப்படும் புரியாமை, இருண்மை ஆகிய குற்றங்கள் இல்லை. வலிந்து இறுக்கமான கட்டமைப்பிலும் புரிந்துகொள்வதற்கான வாசகத் திறப்புகள் இல்லாமலும் அரூபமாகவும் எழுதப்பட்ட கவிதைகள் அவற்றின் தகுதிக்கு அப்பால் பேசப்பட்டிருக்கின்றன. கவிதை கொண்டிராத அர்த்தங்கள் சுமத்தப்பட்டு விவாதிக்கவும் சிலாகிக்கவும் பட்டிருக்கின்றன. எனினும் யுவன் கவிதைகள் அதிகம் பேசப்பட்டதில்லை. வாசகரை வரவேற்றுக் கொண்டாடும் இயல்பு கொண்டவை அவரது கவிதைகள் என்பது மொத்தத் தொகுப்பை வாசிக்கும்போது விளங்கியது. ஆனால் மறைமுகமான நிபந்தனை ஒன்றை யுவன் கவிதைகள் வாசகருக்கு விதிக்கின்றன. 'கவிதையைக் கவிதையாக மட்டும் பார்; உணர்.' நுண்ணுணர்வற்ற வாசகர் இந்த விதியை ஏற்க முடிவதில்லை. அதைப் புதிராகக் கண்டு திகைக்கிறார். உண்மையில் யுவன் கவிதைகள் பூடகமானவை அல்ல. அவரது கவிதைகளில் ஒன்றான 'கொக்கு' இதற்கு உதாரணம். கொக்கைக் கொக்காக உணரும் பிள்ளைப் பருவம், அதைப் பறவை என அறியும் பிராயம், வெண்மை, பறத்தல், விடுதலை, மிருது என உண்மைகள் பிடிபடும் காலம் கடந்து கொக்கு இனி என்னவாக ஆகும் என்ற மர்மத்துக்குள் நுழையும் மனம். இவற்றைச் சொல்லும் கவிதை வெளிப்படையானது. அதைப் பூடகமாக்குவது கவிஞரல்லர். அந்த மர்மத்தைத் தொடர யோசிக்காத மனமே என்று படுகிறது. அந்த மர்மத்தை ஆராயும் மனமே யுவன் கவிதைகளை நெருங்க முடியும். அது கடினமுமல்ல.

வாசகருக்கு அணுக்கமான சொற்களிலேயே யுவனின் கவிதைகள் இருக்கின்றன. அவருக்கு அனுபவமாகும் அன்றாட உலகியல் செயல்களையே கவிதையும் காட்டுகிறது. எனினும் அந்தச் சொற்களிலும் செயல்களிலும் பிடிபட மறுக்கும் ஒன்றே கவிதையாகிறது.

கண்ணை மூடினது தெரியும்
மனம் தூங்கியது
எப்போது?
சிரிக்க விரிந்த உதடுகள்
மறுபடி கூடியது
எப்போது?
பெய்த மழை ஓயவும்
மலர்ந்த பூ உதிரவும்
தீர்மானித்த போது?

கவிதை மிக எளிமையானது. சிக்கலில்லாதது. ஆனால் அது சென்று நிலைக்கும் இடம் சொற்களுக்கும் செயலுக்கும் அப்பாற்பட்டது. இதை உணர்கிறபோதே யுவன் வாசகரை நெருங்குகிறார். இந்த அப்பால் நிலையே அவரது திறந்த கவிதைகளைத் தனித்துவமானதாக்குகின்றன. இடையீடாக இந்த தியான நிகர் மனநிலைதான் யுவனை ஜென் கவிதைகளுக்கும் உலகியலை மீறிய கவிதை மனதுக்கும் இட்டுச் செல்கின்றனவோ என்ற கேள்வியையும் கேட்டுக் கொள்கிறேன். இந்த மனநிலைதான் 'ஒருமுறைகூட கடலின் பரிதவிப்பை ஆறுதலைக் கொண்டுவர முடியவில்லை' என்றும் வெளிப்படுகிறது.

**க**விஞர்கள் பொதுவாகவும் தனித்தும் கையாளும் எல்லாப் பொருட்களையும் யுவனும் கவிதைகளில் பயன்படுத்தி யிருக்கிறார். அவற்றை அவர் பயன்படுத்தியிருப்பது கவிதை குறித்தும் கவிதையாக்க முறை குறித்தும் கொண்டிருக்கும் தனிப்பட்ட அணுகுமுறை சார்ந்துதான். படைப்பு ஓர் அழகியல் செயல்பாடு. அது கோட்பாட்டுக்குள் அடங்குவதில்லை. அதற்கு அரசியல் முழக்கங்கள் தேவையில்லை. அது எதன் சார்பாகவும் நிற்க வேண்டியதில்லை. எதற்கும் ஆதரவாகவோ எதிராகவோ கூத்தாட வேண்டிய கட்டாயம் இல்லை.படைப்பு அனுபவம் சார்ந்ததுதான். ஆனால் அனுபவம் மட்டுமே படைப்பாவதில்லை. அனுபவத்தின் சாயையோ அதன் பாடமோ அல்ல கவிதை. அது அதனளவிலான தன்னிருப்பு. அது கருத்து விளக்கத்துக் கான கருவியல்ல. இன்னொன்றின் பதிலியல்ல. தன்னிச்சையான இயக்கம். இவை எதையும் யுவன் பகிரங்கமாகச் சொன்னதில்லை. எனினும் இந்த மொத்தக் கவிதைகளை வாசிக்கும்போது அவை அந்தரங்கமாகத் தம்மை வெளிப்படுத்துவதை திடமாக உணர முடிந்தது. அவரது அணுகுமுறை நிராகரிக்கும் பலவற்றையும் அவரது கவிதைகள் உட்கொண்டிருக்கின்றன. அரசியல் கவிதைகளை ஏற்கத் தயங்கும் யுவன், அரசியல் சார்ந்த கவிதையை – பங்களிப்பு – எழுதியிருக்கிறார் என்பதை ஓர் உதாரணமாகச் சொல்லலாம். ஏற்கத் தயங்குபவையும் அவர் கவிதைகளில் செயல்படுவது நிலைநிறுத்தப்பட்ட அர்த்தத்தில் அல்ல என்பதே யுவனின் படைப்பியல்பு.

யுவன் காட்டும் கவிதையுலகம் தனித்துவமானது. தனிமையானதும்கூட. அவரது உலகில் அலைந்து திரியச் சபிக்கப்பட்டவர் அவர் மட்டுமே. அங்கே குதூகலித்துத் துள்ளுவதும் அவர் மட்டுமே. தனது அனுபவங்களை யுவனாகவே முன்வைக்கிறார். பிறரது அனுபவங்களைப் பேசும்போதும் யுவனாகவே பேசுகிறார். அவரது கவிதை

உலகில் பிறர் யுவனாகும் தருணங்களே அதிகம். யுவன் பிறராகும் சந்தர்ப்பங்கள் மிக அரிது. ஒரு வேளை இல்லவே இல்லை. அவரது எந்தக் கவிதையிலும் நாங்கள் இல்லை. கூட்டங்கள் இல்லை. இதை அவரது இயல்பும் தேர்வும் என்று எடுத்துக்கொள்ளலாம். தனக்காகவும் எல்லாருக்காகவும் தனிமையில் உழலும் காஃப்காத்தனமான தன்னழிவாகவும் 'என்னுடைய நான் எனக்குப் போதவில்லை' என்ற கலைப் பெருமிதமாகவும் இதைக் காணலாம். நான் அப்படிக் காணவே விரும்புகிறேன்; காண்கிறேன்.

**தீ**ராப் பகல்' எம். யுவன் கவிதைகளின் முழுத் தொகுப்பு. இதிலுள்ள கவிதைகளை வாசித்தபோது கவனத்தில் பதிந்த முக்கியமான ஒன்று: தொண்ணூறுகள் முதல் இரண்டாயிரத்துப் பதினாறாம் ஆண்டு முடிய எழுதப் பட்டிருக்கும் கவிதைகளில் பிரகாசமாகத் தென்படும் சீரான புத்துணர்வு. ஆரம்பகாலக் கவிதைகளில் ஒன்றான 'திறந்து கிடக்கும் கூண்டு'ம் தொண்ணூறுகளின் இறுதியில் எழுதிய 'வேறொரு கால'மும் இரண்டாயிரத்தில் எழுதிய 'கேட்கிறதா அழைப்பின் குர'லும் அந்தப் பதிற்றாண்டின் இறுதியில் எழுதப்பட்ட 'மிதக்கும் சுடரும்' அண்மைக் காலக் கவிதையான 'இருத்தலும் இலமே'யும் வாசிப்பில் ஒரே தரத்திலான மகிழ்ச்சியை அளித்தன. சக கவிஞனாகவும் வாசகனாகவும் யுவன் கவிதைகள் பேசப்படாதது குறித்து எனக்கு ஆதங்கம் இருக்கிறது. அவரை முதன்மையாக ஒரு கவிஞராகவே எண்ணுகிறேன். யுவன் சந்திரசேகர் பேசப்பட்ட அளவு எம். யுவன் பேசப்படவில்லை. அவரது கதைகளும் நாவல்களும் பெற்றிருக்கும் வரவேற்பைக் கவிதைகள் பெறவில்லை. ஆங்கிலத்தில் மொழியாக்கம் செய்யப்பட்ட தமிழ்க் கவிதைகளின் தொகுப்பில் அவரது கவிதைகள் இடம்பெற்றிருக்கின்றன. ஆனால் தமிழில் வெளியான சில தொகுப்புகளில் அவர் கவிதைகள் இல்லை. யுவன் சந்திரசேகர் படைப்புகள் குறித்து நடந்த இருநாள் கருத்தரங்கு ஒன்றிலும் அவரது புனைவுகளும் மொழியாக்கங்களும் அலசப்பட்ட அளவு கவிதைகள் ஆராயப்படவில்லை. இந்தத் தொகுப்பு அதை மாற்றுவதற்கான வழியைத் திறந்து வைக்கும் என்று நம்புகிறேன். யுவன் கவிதைகளைப் பற்றிப் பொதுப்படையான எண்ணங்களையே இங்கே பகிர்ந்திருக்கிறேன். அவருடைய கவிதை ஒன்றின் வரியையே மேற்கோளாக்கிச் சொன்னால் 'சமுத்திரத்துக்குத் தப்பிய துளிகள்' இவை.

**சுகுமாரன்**

*திருவனந்தபுரம்*
*31 டிசம்பர் 2016*

# குறிப்பு

கிளியென்று சொன்னால்
பறவையைக் குறிக்கலாம்.
பச்சையைக் குறிக்கலாம்.
மூக்கைக் குறிக்கலாம்.
பெண்ணைக் குறிக்கலாம். கூண்டுச்
சிறையைக் குறிக்கலாம்.
சமயத்தில் அது
கிளியையும் குறிக்கலாம்.

## பங்களிப்பு

இந்த வரியை
நான் எழுதும்போது
கொஞ்சப்பேர் செத்துப்போனார்கள்.
கொஞ்சப்பேர் கொல்லப்பட்டார்கள்.
சிலபேர் சத்தியத்துக்காக
சிலபேர் காரணமறியாமல்.
கொஞ்சப்பேர் பிறந்தார்கள்.
சிலபேர் சாவதற்காக
சிலபேர் கொல்லப்படுவதற்காக.
மீதிப்பேர் இடைவெளியை
நிரப்பவென்று ஏதேதேதோ
செய்து விட்டார்கள்
ஒருவருமே கவனிக்காது
கடந்து போய்விட்ட நிமிஷத்துக்கு
என்னுடைய பங்களிப்பாய்
ஒரு பதினாறு வரிகள்.

●

# விலாசம்

தீர்மானத்தின் ஆணிகள்
அறையப்படாத சவப்பெட்டி
என்று என் கபாலத்தைச்
சொல்லலாம் நீங்கள்.
ஒரு பதம் ஒரு வாக்கியம் தேடி
மொழியின் புதைமணலில்
கழுத்திறுக மூழ்கும்
முட்டாள்ஜென்மம் என்றும்.
இரவின் வைரம் விடிந்
ததும் காக்காப்பொன்னாக
மறுகும் லோபியாய்
தூண்டிமுள்ளில் மாட்டி
கூடைக்குச் சேரும் மடமீனென்று.
நழுவிப் போகும்
கணத்தின் சிலிர்ப்பை
ஒற்றை அதிர்வில் சிறைப்படுத்தும்
வீணைத் தந்தி என்று.
அல்லது
இரா.சு.குப்புசாமி,
23 செக்கடித் தெரு,
மேலகரம்,
காறையூர் (வழி)
என்று.

## யாரோ எழுதின கவிதை

யாரோ எழுதின கவிதையைப்
பிரசுரித்து விட்டீர்கள்
என் பெயரில்.
எழுதியிருக்கக் கூடுமென்றாலும்
நான் அதை எழுதவில்லை.
பெயரில் என்ன இருக்கிறது
என்பது வாஸ்தவம்தான்.
குழந்தையின் சிரிப்பா
தகப்பன் பெயரா
முக்கியம் எது
என்பதும் சரிதான்.
எனினும் உண்மையை
சொல்லத்தான் வேண்டும்.
நான் அதுவாக
இருந்தேனே யொழிய
அதை நான்
எழுதவில்லை.

●

எம். யுவன்

## வண்ணம்

பிரிகையின் நிறங்கள்
புள்ளி பதித்த
வெள்ளைச் சிறகுடன்
ஜன்னலில் இருந்தது
அந்தப் பூச்சி.
பாறையை இளக்கி
நீளும் தளிரென
விரல்கள் நீள
'ரேஷனில் ஜீனி
இன்னைக்கி' என்று கூவிப்
பறந்தது பூச்சி.

●

## என் புதுவீட்டில்

குடியேறின மூணாம் மாசம்
தானும் வந்து சேர்ந்தது
அந்தக் குருவி.
தலைவாரப் போகும் போது
கண்ணாடியில் அலகுபார்த்து
கொத்திக் கொண்டிருக்கும்.
பாத்ரூமில் இருப்பதறியாது
கதவைத் திறந்தால்
வீரிட்டலறி விரட்டும்.
பால் தயிர் மிளகாய்ப் பொடி
பாயசம் புளி சகலமும்
ருசிபார்க்கும் முதல் ஆளாய்.
தரையில் கொட்டிப்
பொறுக்கும் குழந்தையுடன்
பிரியமாய்ப் பொரியைப்
பகிர்ந்துண்ணும்.
நேற்று முதல் நாங்கள்
ஒரே இலையில்
சாப்பிட்டு வருகிறோம்.
அந்தக் குருவியின் வீட்டில்தான்
இப்போது குடியிருக்கிறேன்.

●

## உருமாற்றம்

கொக்கின் பெயர் கொக்கு
என்றறிந்த போது
வயது மூன்றோ நாலோ.
கொக்கென்றால் வெண்மையென
பின்னால் கற்றேன்.
அழகு என பறத்தல் என
விடுதலையென போக்கின் கதியில்
தெரிந்து கொண்டது.
வேலையோ வெய்யிலோ
வார்த்தையோ வன்முறையோ
உறுத்தும்போது கொக்கு
மிருதுவென உணர்ந்தது.
அவரவர் வழியில் வளர்கிறோம்
கொக்கு அடுத்து என்ன
ஆகும் எனும் மர்மம்
உடன் தொடர.

## திறந்து கிடக்கும் கூண்டு

பறந்து விட்டது.
திறந்து கிடக்கிறது கூண்டு.
எத்தனை பழங்கள்
எத்தனை பருக்கைகள்
எத்தனை கனவுகள்
திறந்து கிடக்கிறது கூண்டு.
வீட்டின் பகுதியாய் கூண்டும்
கூண்டின் பகுதியாய் வீடும்.

# கடல் பார்க்க வந்தவன்

காலடி மண்ணை அரிக்கும்
சமுத்திரத்துக்குத் தப்பிய
ஒற்றைத் துளி
என் புறங்கையில் அமர்ந்தது:
'உன் போல்தான் நானும்
கடல் பார்க்க வந்தவன்;
அலைகளில் மாட்டிக் கொண்டேன்.'
பின் காற்றில் உலர்ந்தது
அடுத்த சுற்றை நோக்கி.

## ஜ்வாலையின் நாட்டியம்

ஜ்வாலையின் நாட்டியம்
அழைக்கிறது என்னை
எனக்கோ
பேழைக்குள் நெளியும் பாம்பும்
மரணத்தின் குறியீடு.
நெருப்பின் செயல் திறனும்
பௌதீகப் பயன்பாடும்
போதுமென்று விலகும்போதும்
தானாய்ப் பிறந்து சுடர்கிறது
உள்ளே ஒரு கணப்பு.

●

# ஆல்பர் காம்யுவின் இரண்டு வாசகர்கள்

மற்றபடி
எனக்கும் கரப்பான் பூச்சிக்கும்
வசிக்கக் கிடைத்தது
இதே உலகம்தான்.
புத்தக அலமாரியைத்
திறந்தவுடன் இறங்கிப் போன
கரப்பான் பூச்சிக்கும்
ஆல்பர் காம்யுதான்
அபிமான எழுத்தாளர்.
நான் அடிக்குறியிட்ட வரிகளில்
முட்டையிட்டு வைத்திருக்கிறது.
என்ன, அதைவிட
சிலவரிகள் அதிகம் படித்திருப்பேன்.
சிலதடவை அதிகம் புணர்ந்திருப்பேன்.
சிலதடவை கூடுதலாய் உண்டிருப்பேன்.
சிலதடவை.

# இப்போது

அருவிக்கு
ஒதுக்குப் புறத்தில்
நான் விண்ட பழத்தை
நீ உண்டது;
பின் உன்னை விண்டு
எனக்குத் தந்தது;
உடைகளற்று நடப்பதென
ஊசித் தூறலில்
பிணைந்த விரல்களுடன்
நெடுந்தூரம் நடந்தது;
இருட்டவென்றே காத்திருந்த
மின்மினிகள் என்னுள்
கிளர்த்தின ஒளிச்
சிதறல்களின் துளிகளை
உணர்வு நரம்புகளில்
நீ ருசித்து முழுங்கியது;
ஞாபகமிருக்கிறதா உனக்கு?

இப்போது
எனக்குக் கிடைத்த
பாத்திகளில் கீரை
பயிர் செய்கிறேன்.
பறவையொன்றின் எச்சம்
யத்தனமின்றி வளர்த்த செடி
என் மனமறிந்து பூக்கிறது
நாள்தோறும். என்
வீட்டின்முன் சுவர்களற்ற
வெளியில் கழுதைகள்
எருமைகள் மட்டும் மேயும்
கட்டாந்தரையில் இறங்கி
வந்த கொக்குகள் தியா
னிக்கும் சாயங்காலத்தில்
என்னை இன்னும்
நினைத்துக் கொள்கிறாயா நீ?

●

## அழைப்பு

நிலவு என்னை அழைத்தபோது
சாப்பிடுவதை நிறுத்தியிருந்தேன்.
மின்தடையின் ராட்சஸக் குழந்தை
முழுசாக விழுங்கியிருந்தது என்னை.
நானும் உலகமும்
ஒருவருக்கொருவர் இல்லாது
போயிருந்த போது
முற்றம் விட்டு
நிலை தாண்டி
வெளியில் வரும்படி
அழைத்தது நிலவு.

## கொண்டுவந்த கடல்

இந்தமுறை சங்கு கொண்டு வந்தேன்.
சென்ற முறை சிப்பி.
அதற்கு முன்னால் சோழி
பாலிதீன் பைகளில்
செதில் கலந்த மணலும்,
கரைக் கோயில் குங்குமமும்
கொண்டு வந்ததுண்டு.
ஒரு முறைகூட
கடலின் பரிதவிப்பை
பரிவை ஆறுதலை
கொண்டு வர முடிந்ததில்லை.
சீசாவில் கொண்டுவந்த கடற்குஞ்சு
பாதியாகிச்
செத்துக் கிடக்கிறது அலமாரியில்.

●

# தெறிப்பு

நீர்ப் பரப்பையொட்டி
பறந்தபடி சில.
விமான உயரத்தில்.
கரை மரத்தில் அடைகாத்து.
பிற தேசங்களில் உள்ளவை
பற்றியும் புள்ளி
விவரங்கள் புகைப்படங்கள்
அநேகம்.
அலகின் கூர்மை
பாதங்களின் வலு
இறகின் நிறம்
விதவிதமாய். இவற்றோடு
எப்போதும் அவை
முட்டையிலிருந்தே
வெளிவருகின்றன
உடைத்துத் தெறித்துக்கொண்டு.

# நீட்சி

பார்த்துக் கொண்டிருந்த
கண்ணாடி கைதவறி
விழுந்து உடைந்து
நொறுங்கின போது

பார்த்துக் கொண்டிருந்தேன்

கைதவறி
விழுந்து
உடைந்து
நொறுங்கின
கண்ணாடியை.

●

# தொலைந்தது எது

தொலைந்தது எதுவென்றே
தெரியாமல் தேடிக் கொண்டிருக்கிறேன்.
தொலைந்ததின் ரூபம்
நிறம் மணம் எதுவும்
ஞாபகமில்லை.
மழையில் நனைந்த பறவையின்
ஈரச் சிறகாய் உதறித் துடிக்கும்
மனதுக்கு
தேடுவதை நிறுத்தவும் திராணியில்லை.
எனக்கோ பயமாயிருக்கிறது
தேடியது கிடைத்தபின்னும்
கிடைத்தது அறியாமல்
தேடித் தொலைப்பேனோ என்று.

## அணுகுதல்

நான் பார்வையாலும்
நீ தானியத்தாலும்
அவன் அம்பாலும்
அணுகுவது ஒரே
பறவையை. அது
கூடோ இரையோ
நெருங்குதலைத் தொழிலாக
பறத்தலை வாழ்வாகக்
கொண்டது. காற்றைத்
தன்வயமாய் உணரும்போது
மிதக்கவும் செய்கிறது.

●

# மூன்று புள்ளிகள்

1. பாடப்படாத சங்கீதம்
   மிதக்கும் வெளியில்
   தாமும் சஞ்சரிக்கும்
   சில மேகங்கள்

2. சொல்லித் சொல்லியும்
   தீரவில்லை
   உரைகள். விளக்கங்கள்.
   கத்திகளை விடவும்
   தீவிரமாய்ப் பளபளக்கும்
   உறைகள்.

3. தழை செரித்து
   புழுக்கை உதிர்க்கும்
   ஆடுகளைப் பசுமைதோறும்
   மேய்க்கிறான்
   ஆடுகளின் உபயோகம்
   அறிந்த ஒருவன்.

## திருமுள்குன்றம்

கடிகார முள்ளாய் மாறின
கழுகு ஒன்று
நாள் தவறாது வரும்.
அட்டவணை அமைத்துத்
தந்தது யார்?
பசி நேரம்தானா?
கானகம் வறண்டு போச்சா?
இறைச்சி கிழிக்க வாய்த்த
அலகால்
பருக்கை பொறுக்கிப்போகிறது
கடிகார முள்ளாய்
மாறின கழுகு.

●

# குரல்கள்

இதற்கு முன்பும்
கேட்டிருக்கிறார்கள்
வானத்திலிருந்து குரல்களை
திசைகள் இலக்கு
தர்மம் வன்மம்
எதையும்
நிச்சயித்தன அவை
மொட்டைமாடித் தனிமையில்
'கக்' கென்று
தகவல் துணுக்கு
உதிர்த்துச் செல்லும்
கூடு போகும் பறவை

இன்று ஒலிகளற்ற
ஆகாயத்தை ஆள்கிறது
நிறங்களின் சப்த
ஜாலம்.

# ஊர்வலம்

ஊர்வலம் வருகிறது

கால்களைத் தாண்டி
விரைகின்றன கோஷங்கள்
கோஷங்களின் கிறக்கத்தில்
விறைக்கின்றன காதுகள்.

ஊர்வலம் விழுங்குகிறது

புரியாத மொழி
யாருடைய கொடி
யாரின் கோஷம்
அனிச்சையாய் ஏறித்
தாழ்கிறது என் குரலும்.

ஊர்வலம் நெருக்குகிறது

கால்களுக்குள் பின்னும் கால்கள்.
கூட்டம் பிதுக்கி
பின்னால் வழிந்து
கடைசிக் கொடியாய்
விடுபடும் வெறியுடன்
ஊர்வல வாலாய்
தயங்கி நகர்கிறேன்.

போகிறது ஊர்வலம்

ஊர்வலம் முடிந்த
வெளியில்
ஓர் அனாதை
தனிமையின் போதையில்.

●

## வீடு திரும்புதல்

பூமியின் தன்மை மாறிக்
கொண்டேயிருந்தது.
உணவின் ருசியும்;
மொழியின் சப்தம்
தரிசித்த முகங்கள்.
பிரயாணத்தின் தூரம்
கூடினபடியிருக்க
எதையோ விட்டு வந்த
ஏக்கமும் சரிசமமாய்.
எறிந்த கல்
தரைக்குச் சேர்ந்தது;
அமைத்துச் சென்றபடி
அப்படியே இருந்தது
சகலமும்
ஆளுயர நிலைக்கண்ணாடி
உள்பட.

# நவீன வாழ்க்கைக்கு என் சித்தப்பாவின் பங்களிப்பு

## I

ஆறு கழுவிப் போகும்
ஊர் அது.
வைக்கோல் கூரைகள்.
பருவங்களின் மாற்றம்
வயல்வெளிகளில் பூவரச மரங்களில்
தலைமுறைகளின் இழப்பு
எலும்புகள் இடறும்
புழுதி செறிந்த மயானக்
கரையில் தெரியவரும் சிற்றூர்.
வெட்டவெளி நார்க்
கட்டிலில் மைல்கள் தள்ளி
காற்று சுமந்து வரும்
கிட்டப்பாவின் குரல்.
ஜாதிக்கொரு சாமி நின்று
பாலித்த ஊர்.

## II

ஈஸிசேரில் படுக்கக்
கற்றுக்கொண்டார் சித்தப்பா.
கடிகாரமாய் நண்பனாய்
சாப்பாடாய் டி.வி.யை
உபாஸிக்கக் கற்றார்.

அலமாரிக்கதவு மைக்கேல் ஜாக்சன்
ஆணா பெண்ணா கேட்
டறிந்துகொண்டார் பேரனிடம்.
பாலியெஸ்டர் கோமணம்
கொடியில் துவளும்
மத்தியானத்தில் கடைசிமூச்சு
விட்டார்.

III

தனிச்சிதை மறந்து
ஆதுரம் பொங்கும்
நாவிதன் வெட்டியான்
அழுகை துறந்து
துஷ்டி கழுவிவிட
காத்து நிற்கும்
ஆறு மறந்து
பட்டணக்கரையில்
தகரக் கொட்டடியில்
எரிந்தார் சித்தப்பா.

●

## எதையேனும்

எதையேனும் மறக்க
முனைந்தே கழிகிறது
என் பொழுது.
ஒரு நாள்
ஒரு ஆள்
ஒரு ஊர்.
மறதியின் முதல்கல் இடறி
கலையும் தேன்கூடென
வரிசையில் வந்து தாக்கும்
நாட்கள் ஊர்கள்
மற்றும் மனிதர்கள்.

●

# பிரவாகத்தில் ஒரு துளி

எனக்குப் பிடிக்கும் என்
றறியாமலே
ஒலியெழுப்புகின்றன
பறவைகள்.

ஏதோ ஒரு யுகத்துச்
சித்தனின் ஆசியென
தலையை வருடி வீழ்கிறது
அருவி.

நான் விழித்து
எழாத போதும்
விடிந்து விடுகிறது
பொழுது.

கவிதையின் கணமொன்றைக்
கண்கள் துழாவ
காலடியில் பாய்ந்து மறைகிறது
கணங்களின் பிரவாகம்.

## சர்க்கார் கட்டட அணில்

திமிங்கல வயிற்றின்
உட்புறமாய்
கசகசத்த கட்டிடத்தில்
புதுசாக வந்த அணில்
காகிதம் கொறித்து
பலகைகள் தின்று
பெண்கள் கழிவறையில்
காத்திருந்து பயமுறுத்தி
பணிபுரிந்த நேரம் போக
பாக்கி நிமிடங்களில்
சீரான இடைவெளியில்
வால் தட்டிக்
குரல் காட்டும்.

## ஒற்றை உலகம்

பகலை விழுங்கத் துரத்தின
இருளின் பின்னணியில்
நாங்கள் இன்று
சந்தித்தபோது
அதன் சிறகுகளின் நிறம்
வேறாகயிருந்தது.
சொற்களற்ற மொழி.
தொடுதலற்ற ஸ்பரிசம்.
பின்னிப் பிணைந்தும்
மாறி மாறியும் நீண்டன
பேச்சின் கண்ணிகள்.
அப்பாவின் மரணம்
மனைவியின் பிரசவம்
முட்டையைக் கவர
ஊர்ந்த பாம்புகள்.
பறத்தல் பற்றி அதுவும்
அலுவலகம் பற்றி நானும்
எதுவும் பேசாது
மணல்வெளியின்
இரு துகள்களாய்.
பின் ஒரு
பறவைக்கும் எனக்குமான
ஒற்றை உலகத்தில்
இரவு உணவுக்குத்
தயாரானேன்.

# இன்று

இன்றுதான் அந்த
இன்னொரு நாள்.
இன்றுகளின் இலைகள் உதிர்ந்து
ஆரம்பம் இன்னொரு நாள்களின்
சகாப்தம்.
பெட்டிகள் திறக்கின்றன.
சீறிப் படமுயர்த்தும் பாம்புகள்.
படிக்க வேண்டிய வரிகள்.
கேட்டாக வேண்டிய ஸ்வரங்கள்
கொடுத்தாக வேண்டிய முத்தம்.
தபால்கள் வரிகள் தரிசனங்கள்.
ஒத்திவைத்த கடன்களின் உயிர்ப்பு.
இன்றின் குரல்வளை நெரிபட
இன்னொரு நாளின் போர்க்குரல்.
எனக்குப் பயமாய் இருக்கிறது –
இன்னொரு நாட்களின் நதியில்
இன்னொரு துளியாய்
ஆகும் இது
எனினும்.

●

## அலைவு

விளையாட்டின் எதிரொலியில்
பொங்கி வழிகிறது மைதானம்.
அதிரும் கைகள்
அலறும் குரல்கள்
அசையும் தலைகள்
பின்வரிசை இருக்கையில்
முன்தலைகளின் திரையில்
என் உயரம்தான் தெரிகிறது.
காதோர இடைவெளிகளில்
விரையும் விரைந்து மறையும்
தலைகள். எனக்கோ
விளையாட்டு முடியுமுன்
காலும் பந்தும்
இணையும் புள்ளியைப்
பார்த்தாக வேண்டும்.
ஒரு கணமேனும்.

## சமன்பாடு பற்றி 3 தகவல்கள்

1. அலைதுடிக்கும்
கடலோரம்.
கைகொண்ட மட்டும்
அள்ளினேன்.
உள்ளங்கைக் குழிவில்
அலையற்ற கடல்.

2. மன்னனை நினை
வுறுத்த நிறுவின
சிலை
சிற்பியின் திறனை
ஒலிக்கிறது உரத்து.

3. மனிதர் நடக்க
உருவான பாதைகள்
மனிதர் நடந்தே
உருவாயின.

●

# பிணம் போன பாதை

இன்னும் கேட்கிறது
பட்டாசுச் சத்தம்
வழியெங்கும் மிதிபடும்
பூக்கள் சரங்கள். யாரோ
கூவின சொற்களை
மீண்டும் மீண்டும்
வாஞ்சையுடன் கூவித்
தொடர்கிறது சந்ததியர்
பெருங்கூட்டம்.
பிணம் உகக்கும் காக்கைகள்
ஒலியெழுப்பிப்
பறக்கின்றன ஆவலுடன்.
கிடத்தச் சிதையின்றி
எரிக்க ஆளின்றி
பாடைக்குள் அழுகும்
பெருமிதத்தோடு
தெருத் தெருவாய் நாறி
நகர்கிறது பிணம்.
சுமையாய் மாறிவிட்ட
மூதாதைப் பிணம்.

## தனிமை – இந்த முறை ஆட்டுக் குட்டிகளோடு

அடையாளமற்றவனாய்
நடக்கிறேன்.

கனத்த தூறலை
எதிர்வரும் மனிதர்களை
அலட்சியம் செய்து
கடக்கின்றனர்
இறுக்க முகங்களுடன்.

விகாரமாய் விழுந்து கிடக்கும்
அரக்கியின் தொடையென
நீண்டு பரந்த தெருவில்
மழைக்குச் சுவரண்டின
ஆட்டுக் குட்டிகளுடன்
தனியனாய்.

# போது

கண்ணை மூடினது தெரியும்
மனம் தூங்கியது
எப்போது?
சிரிக்க விரிந்த உதடுகள்
மறுபடி கூடியது
எப்போது?
பெய்த மழை ஓயவும்
மலர்ந்த பூ உதிரவும்
தீர்மானித்த போது?

●

# முகத்தைப்பற்றி ஒருவரி

இந்த வரியின் முற்றுப்புள்ளியுடன்
பூர்த்தியாகிறது என் தொழில்.
கையொப்பத்தைத்
தவிர்த்து விட்டேன் கவனமாய்
இனி நான்
சீட்டாடப் போகலாம்;
சிகரெட் குடிக்கவும்.
வரிகளின் நெரிசல்
அடர்ந்த முச்சந்தியில்
நிறுத்துவேன் இதையும்.
காவலின் திமிர் பூசிய
பிரம்பின் அதட்டலுக்கு
இது என் பெயரைச் சொல்லலாம்
அல்லது உன் பெயரை.

## யாதுமாகி

அப்போது
பட்டாம் பூச்சியாயிருந்தேன்.

    கணக்கற்று மலர்ந்தவற்றில்
    தன் பூ தேடி
    சிறகு துடிக்க அலைகிறது
    பட்டாம் பூச்சி.

பின் ஒரு
பூவானேன்.

    ஆள் நிழல் காணா
    நதியின் கரையில்
    அன்றாடம் மலரும்
    ஒரு பூ

கொஞ்ச காலம்
நதியாயுமிருந்தேன்.

    தனக்குள் தான் விரையும்
    நதியின் விசையில்
    அசையும் பூ மேல்
    அமர்ந்தது பூச்சி.

●

என்னுடைய கதையில்
மான்கள் பேசாது
நான் பேசுவேன்
பால்வீதியின்
ஏதோவொரு
முடுக்குச் சந்தில்
வழி தவறிச் சுற்றும்
கிரகத்தில் அலையும்
என் நிழலோடு.
மணற் கடிகாரத்தின்
இடுப்புத் துவாரத்தினூ
டிறங்கும்
மணற் துகளென
உதிர்ந்தவாறிருக்கும்
என் சொற்கள்.
பேச்சின் மறுபாதியில்
அவன்
தலைகீழாய்ப்
புரட்டி வைக்கும்
மணற் கடிகாரத்தில்
முடிவுறாக் குழந்தைமையில்
என் முதற்கணமெனச்
சொட்டும் ஒரு
துகள்.

# வழிபாடு

எங்கள் குலதெய்வக்
கோயில் இருப்பது
வனாந்தரத்தில்.
சந்நதம் வரும்போது
தீப்பந்தம் தாங்கி
ஆடுவான் பூசாரி
யெனினும்
சிற்றகல் கூடக்
கிடையாது சந்நிதியில்.
அடிக்கடி இற்று
உதிரும் கூரையை
வேய அனுப்புவோம்
பார்வையற்ற மனிதர்களை.
துருப்பிடித்த கீல்கள்
களிம்பேறின குமிழ்கள் கொண்ட
நெடுங்
கதவைத்
திறந்து பார்த்ததில்லை
யாரும்.
உள்ளே
இருட்சிற்பம் ஒன்று
இருப்பதாய்ச்
சொல்லும் ஸ்தல புராணம்.
திறவா நெடுங்கதவில்
பொத்தல் ஏதும் விழாமல்
பார்த்துக் கொள்கிறோம்
பக்தியின் பகுதியாய்.

**பயணம்**

பார்வை நரம்பின்
முதல் சமிக்ஞை அறு
பட்ட போது சகலரும்
தலைகீழாய் நடக்கத் துவங்கினர்.
ஒரு ஜன்னலில் நுழைந்து
மறு ஜன்னலில் வெளி
யேறும் காற்று
அந்தரத்துடன் தைக்கிறது ரயிலை.
எந்திரத்தில் நுழையும்
கரும்புகளென உள்
நுழைந்து வெளியேறும் கூட்டம்.
இருக்கலாம். இல்லாது
போகவும் செய்யலாம் என
இருக்கும் இடத்துக்கு
அந்நியமாய் அமர்ந்திருக்கும்
என் போல
மின் கம்பியில் காகம்.
வெயிலின் சுனை பெருகி
ததும்புகிறது கானல்
யாவும் உலர.
யாசித்து வந்த
கண் தெரியாத இசைஞனின்
குழலொலி
இழுத்துச் செல்கிறது என்னை
மற்றும்
இந்த ரயிலை.

# நொறுங்கல்

நெடுங்
கனவொன்றின் நடுவில்
உருவாயின யாவும்
மலைகள் நதிகள்
சமுத்திரம்
மீசை அசைத்தோடும்
கரப்பான் பூச்சி
மற்றும்
கனவைக் கண்ட
பறவை.

சிறகை மீறின
ஆகாயத்தை அளந்து
ஓய்ந்து
அலகை மீறின வனத்தை
உண்ண அமர்ந்தது.

வாலாட்டி வாலாட்டிப்
புசிக்கும் வேட்கைக்கு
ஆட்பட்டு
தன்போக்கில்
பாய ஆயத்தமான
அம்பின் நேர்கோட்டுப்
பாதையின் குறுக்காக
நகர்ந்தது பறவை.

●

## ஏதோ ஒரு இரவில்

உறக்கமில்லை. இரவும்
விழித்திருந்தது என்னோடு.
நினைவுகளின் வரிசை குலைந்த
சிடுக்குகளில் மாட்டிக்
கொண்டேன்.
ஜன்னலின் வெளியே
கூவுகிறது இருட்டு
மீட்சி அழைப்பதென.
உறக்கக் களிப்பில் புன்
னகைக்கும் மனைவியின்
கையைக் கவனமாய் விலக்கி
ஓசையின்றித் தாழ் நீக்கி
வெளியில் வந்தேன்.
சலிப்பின்றிச் சிமிட்டினவா
றிருந்த நட்
சத்திரமொன்றில் பார்வையைப்
பதித்து வைத்தேன்.
ஏதோ ஒரு நூற்றாண்டின்
இரவொன்றில்
உறக்கமின்றி வெளிவரப்
போகிறவனுக்காக.

## அகழ்ந்த நகரம்

அகழ்ந்து கண்
டெடுத்த நகரைப்
பார்க்கப் போனேன். நூற்
றாண்டுகள் கழித்து வரப்
போகும் ஒருவனுக்காகக்
காலத்தில் காத்திருந்தது அது.
புதைந்த கட்டடங்களோடு புதைந்த
கனவுகளில் ஒன்றென
நடந்து சென்றேன்.
காற்றை நிரப்பி
யிருந்தது சரித்திரத்தின் புழுக்கம்.
வசிப்பிடமும்
வாழும் காலமும்
ஒரு சிறு பிறழ்ச்சியில்
வேடிக்கையாவ தறியாது
செதுக்கினவனின் அரை
குறைச் சிற்பம்.
காலிக் கோயில்
விமானத்தில் புழுதியும்
கருவறையில் பிசாசும்.

சிதில மூலையொன்றில்
மாபெரும் உயிரியக்கம்
தொடங்கிவிட்ட
சிலந்திவலை மீதாக
நிச்சிந்தையாய்ப் பறந்த
நாரையின் நிழல் படிந்த
போது
என் ஊராகியிருந்தது
அது. எனதென நான்
நம்பி வரும் ஊர்
அப்போது இருந்தது
அகழ்வாழத்தில்.

●

# இடமாற்றம்

உலகமொன்றும்
புதிதில்லை எனக்கு.
இன்றைய சமுத்திரம்
அன்றைய மேகமாய்க்
கிடந்த நாளில்
பார்த்திருந்தவன் நான்.
மரங்களும் மலைகளும்
உறைந்த யுகத்தில்
குகைக்குள் பனித்துகளாய்
ஒடுங்கி
யிருந்ததும் நானே.
நடக்க ஊன்றிய கைகள்
உயர்ந்து நிமிர்ந்த போது
கதிர் அறுக்கப் போனேன்.
மானை முயலைத் துரத்திப் பின்
வதக்கி உண்டதில்
பின்னும்
வளர்ந்தவன்.
இரையைத் துரத்துவது ஓய்ந்து
அணுவைத் துரத்தியதும்
நிலவில் சென்று நான்
இறங்கி நடந்ததும்
யாவரும் அறிந்ததே.

புதைந்த காலங்களில்
அமிழ்ந்த வன்முறை
மட்டைக்கும் பந்துக்கும்
இடம் மாறி
மைதானமெங்கும் பரவுவதை
கலர் டி.வி.யில்
வியந்தவண்ணம்
காத்திருக்கிறேன்
தற்சமயம்.

●

## இந்த உலகம்

சாசுவதம் போலும் நிமிர்ந்த
மரங்களி னூடாய்
வண்ணத்துப் பூச்சிகள்
சுமந்து திரிகின்றன
அமைதி அழகு இவற்றுடன்
ஒரு துகள் மகரந்தம்.
என் பார்வையின் விளிம்புவரை
விரிந்த கடலின் மீதாய்
அலைகிறது காற்று
ஒரு படகையும் இழுத்துக்கொண்டு.
நிலமும் நீரும் கொண்ட
சமரசத்தில் வாய்த்தது நான்
வசிக்கக் கிடைத்த தெரு. நானோ
கடவுளும் பிசாசும்
கயிறிழுக்கும் போட்டியில்
அறுபடாத கயிறானேன்.
என்னுடன் பிறந்து நான்
இல்லாது போக
தானும் அழியக் காத்
திருக்கிறது இவ்
வுலகம்.

●

## உள் – வெளி

வெளியே சுற்றுச்சுவர்
இருக்கிறது.
சுற்றுச் சுவருக்கு வெளியே தெரு.
தெருவுக்கு வெளியே மைதானம்.
மைதானத்துக்கு வெளியே
நிழல் பிதுங்கும் மரம்.
மரத்துக்கு வெளியிலுள்ள
தெருவுக்கு வெளியிலுள்ள
சுற்றுச் சுவருக்கு வெளியிலுள்ள
வீட்டின் வெளியில்
நான். வீடு இப்போது
ஜியோமிதி வடிவமென
மிதந்து கொண்டிருக்கிறது.

●

என் மதுக்கிண்ணம்
வார்த்தைகளால் நிரம்புகிறது
பின்னிரவுப் பேச்சு
தொடர்வதென
ஐயங்களால்
விடிகிறது பொழுது. நான்
பார்த்துக் கொண்டிருந்தது
இருளிலா
இருளையா
நரம்புகளின் சலனத்தில்
அதிர்வது
சப்தமா
நிசப்தமா
காற்றுக்கிசைந்து
அசைவது
சித்திரமா
திரைச்சீலையா
பருவம் தப்பி இடைவிடாது
பெய்யும் மழை
வரமா
சிறையா

முடுக்கும் விசையிழந்த
சுருள்வில்லென
அந்தரத்தில் நிற்கிறது
கிண்ணம் நிரம்பி
வழிந்து
சிந்திய
துளி.

●

## விதை

அதி
காலையிலேயே கவியத்
தொடங்கியது
அன்றைய இரவு.
அழுகவிருக்கும்
பழத்தைச் சூல்
கொண்டது
அப்போதுதான் பூத்த
மலர்.
நிற்கும் பாவனையில்
நகரும் நாளொன்றில்
நிலைப்படியில் சாய்ந்து
தலைகோதும் பெண்ணின்
கடைக்கண்ணோரம்
அவிழ்கிறது
பிறப்பின்
புதிர்ப்பாதை.

●

## சுழற்சி

மேகத்தைத் துழாவித்
திரிந்த பறவை
இரைக்காகத் தரையிறங்கி
மீண்டும்
தன் வானம் சேர
காணாமல்
போயிருக்கும் மேகம்.

புதைந்து நகரும்
வாழ்வின் பகுதியாய்
அவ்வப்போது
விளிம்பு நோக்கி
மேலேறும் மீன்
தனியாய்த் திரியும்
பறவைக்கு
இரையாகி உதவும்.

நீரென்றால் மீன்
பறவையென்றால் காற்றென
நிலைகொண்டு
ஒத்திசையும் கவனம்
சற்றே
பிறழ்கையில்
மேகக் கடல்
மீன் பறவை என்று
மாறித் துடிக்கும்
தாளம்.

இருக்கும் இடம் விட்டு
இருக்கும் இடம் நோக்கி
நகரும்
வனத்தின் பயணத்தில்
நிகழ்கிறது
சிறுமலர்
பெருமரம்.
உடன் நிகழும்
பாறைக்கும்
சாட்சியாய்

சொல் உண்டு
சொல் உயிர்க்கும்
சொற்கூட்டம்
சாட்சியமற்றுப் புதைகிறது.
கடைசிச் சொல்
காலியான பிறகு
மௌனமாய் விரியும்
பாழ்வெளியில்
ரகசியமாக மிக
ரகசியமாக நுழைகிறது
அமீபா என
இன்னும் பெயர்
இடப்படாத
அமீபா.

●

## வருகை

நட்சத்திரம் உதிர்ந்த இரவில்
படுத்த படுக்கையானேன்.
உடல் நடக்கும்
போகும் வரும் நானோ
கிடந்த கிடையாய்.
பறவைகளும் மலர்களும்
பகிர்ந்தது போக
மீந்த நிறங்களைப்
பெண்கள் பூண்டனர்.
என் வலது தோள்ச் சதையில்
முகம் புதைத்து
சதா உறுத்துப் பார்க்கும்
பெண்முகத்தை என்ன
செய்யவென் றறியாமல்
விழித்துச் சிலிர்ப்பேன்.
சிதறிக் கிடந்த மேகங்கள்
திரண்ட ஒரு நாளில்
கீழிறங்கின
ஒற்றைத் தாரையைத்
தொற்றி யிறங்கினாள்
என் கனவுப் பெண்.
தரையில் பாதம் பட்டதும்
வாத்துநடை போட்டாள்
புட்டத்தை
ஆட்டி ஆட்டி.

●

## இறுதி வடிவம்

அதுவே தன்
இறுதி வடிவம் என
நிம்மதியாய்க் கிடந்த
கூட்டுப் புழுவைச்
சந்தித்தேன்.

அதுதானா

புதைபடவோ பொடிபடவோ
கரை நெடுகக்
காத்திருக்கும்
பாறைகள் கூழாங்கற்கள்.
நதி நிரம்பிய நீரோ
வெனில் விரைந்த வண்
ணமிருக்கிறது தன்
வடிவம் தேடும்
முடிவற்ற யாத்திரையில்.

●

## மாறுதல்

குடுவைக்குள் நீந்தின மீனைப்
பார்த்த
போது
நெடுதுயில் நீங்கி
இறங்கி வந்தவன்
குடுவைக்குள் நீந்தும்
மீனானேன்
மீன் உண்ட புழுவாகி
உட்புகுந்த
போது
மைதானமென விரிந்த
மீன் உள்
பசுந்தரையில்
சேணமின்றித் திரியும்
குதிரையாகி
புல் நசுங்க ஓடி
புல்லைப் புசித்த
போது
புல்லானேன்
காய்களுக்குப் பதிலாகக்
கட்டங்கள் நகரும்
விநோத சதுரங்கத்தில்
நகராத காயாக
உணர்வுற்ற
போது
சமுத்திரத்தின்
எதிர்க் கரையில்
நின்ற வாறி
ருந்தது நான்
ஏறி வந்த
கப்பல்.

## நொறுங்கல் – II

வீட்டின் முன்வாசலில்
தன்னில் தான் நிறைந்த
அமைதியில் கிடந்தது
அந்தக் கல்.
மலை மணலாகும் வழியில்
வந்ததாய்ச் சொன்னது.

உடலில் குழிந்த வரிகளும்
மண்ணும் அழுக்குமாய்
கண்காணா உளிசெதுக்கிய
தழும்புகள்.
ஊடுருவிப் பார்த்த
போது உள்ளே
வானவில் எரிமலை
மலைகளின் நிசப்தம்
தும்பிப் பூச்சி
அனைத்தும் இருக்க
மூடிய கல்லின்
நுழைவாயில் தேடித்
திகைத்திருந்தேன்.

தற்செயல் போல்
நகர்ந்த
வண்டிப் பைதா ஏறிக்
கடந்த போது
நொறுங்கியிருந்தது
முழுப் பிரபஞ்சம்.

●

## ஆதிக்கனவு

முறிந்த கனவொன்றின்
நீட்டின முனையில்
சிராய்த்துக் கொண்டேன்.
யாவற்றையும் இழுத்துச்
செல்லக் கிளம்பும்
பேராற்றின் முதல் குவளை
சொட்டுச் சொட்டாய்த்
திரளும் ஒலி.
ஆதிப் பழம் பழுக்கவில்லை
இன்னும்.
காற்றின் ஸ்பரிசத்தில்
தானிருப்ப தறிந்து
உடம்பின் ரகசியம் தெரிந்து
கொள்ள வேண்டி
பெண்துணை தேடி நகர்ந்தது
மனிதனாய் மாறவிருக்கும்
முதல் குரங்கு.
ஆயுதம் தரித்துக்
காக்க வந்த கடவுள்
முதன்முதல் வரமாய்
அருளினார் பயத்தை.
நூற்றாண்டுகளின் நிழலில்
உறங்கி விழித்த குழந்தை
கனவில் தொலைந்த
பொம்மைக்காக
அழுகிறது
ஏங்கி.

பிளவுண்ட நாக்கை
நீட்டிப்
பேசலுற்றது பாம்பு.
பிளவின் திரி
ஒவ்வொன்றும்
பேசியது ஒவ்வொரு
மொழி.
கோரின
மகுடியின் சுவையை ஒன்றும்
பிடாரனின் உயிரை மற்றதும்.
கோர்க்கும் இழையற்றுச்
சிதறிய
உணர்வுச் சிதிலங்களில்
இட வலமாய்ப்
பிறழ்ந்து
குமைகிறது
நகர்வதற்கென எதிரமைந்த
பாதை.
நெளிந்து நகரவும்
சட்டை உரிக்கவும்
ஆசுவாசமற்ற பிளவினின்றும்
மீளும் வெறியில்
நாக்கை முறுக்கி
முடிச்சிட்டு
உள்ளிழுத்துக் கொண்டது பாம்பு.
மீண்ட ஒருமையின்
உவகைக் களிப்பில்

வாலைச் சுழற்றி அடித்தது
திடமாய்க் கிடைத்த
பசுந்தரையில்.

●

# ரூபம்

முதல் பார்வைக்கு
தொலைவில் போல்
தானிருந்தது நட்சத்திரம்.
முதிர்ந்து கனிந்தபோது
தீண்டும் ஆவல் பீறிட
உடலை மீறி வளர்ந்தேன்.
புலனை மீறிய பார்வைக்கு
வெளிச்சமும் இருளும்
முதுகொட்டிப் பிறந்த
இரட்டையராய்.
காதோரம் கொசுக்கள்
பறப்பதென
கிரகங்களின் துள்ளோட்டம்.
துருவங்களின் எதிர்விசையும்
தொலைவும் குன்றிய பந்தை
விளையாட்டாய் எட்டி
ஓர் உதை விட்டேன்.
வெகு பாதாளத்தில்
நகம் பெயர்ந்த கால்
பெருவிரலில் வலியின்
மின் துடிப்பு.

●

## வீரப் பிரயாணம்

பந்தயமோ போரோ
தோற்காத வீரன் நான்.
தன் காலத்தின் மிகச்
சிறந்த குதிரை எனது.
அடிவாரம் நோக்கிப்
பாயும் ஆற்றுடன் போட்டியிட்டு
மலைப் பாதையில்
விரைகிறது என் குதிரை.
வழியில் மன்னனின்
பாதுகை கொண்ட
சாவடிகள் இரண்டுண்டு
யாரும் நின்று
வணங்கி
மேற்செல்ல.
பந்தயம் எதிலும் தோற்காத
வீரன்.
காலத்தின் மிகச் சிறந்த குதிரை.
மலையின் சவால்களை
வென்று மீளும்
ஒவ்வொரு தடவையும்
லகானை இழுத்துப்
பிடிக்கிறேன்.
இரண்டு முறை.

# நண்பகல்

வெளிச்சமும் வெம்மையும்
வீழ்த்த இயலாது
எங்கும் விரவிக்
கிடக்கிறது
இன்று.
மாறும் நிறங்கள்
பதிவு பெறும்
ஒளி நாடாக்களென
காற்றில் நனைகின்றன
இலைகள்.
இப்போதைக் கடந்து
இப்போதில் நுழைந்து
கடக்கிறது என்
விநாடி முள்.
முடிவற்ற ஒரு கணத்தில்
பிறந்து வளர்ந்து
நரையும் கொண்ட கிழவன்
சூரியனைச் சுலபமாய்
மறைக்கிறான் தன்
இடது புறங்கையால்.

●

# தேரும் இடம்

சேருமிடம் அல்ல
செல்வதே இலக்காக
தொடரும் பயணத்தில்
செல்லாத தாள்களுடன்
வந்தடைந்தேன்
அந்நிய தேசத்தின் கரையில்.
வளைகோடுகளாக ஓசையாக
மீந்த என்
சொந்த மொழியின்
கரைகளுக்கப்பால்
நடந்தும் பறந்தும்
ஊர்ந்தும் நீந்தியும்
திரிந்தன நான் பார்த்து
அறியாத ஜீவராசிகள்.
கணந்தோறும் பழுத்துதிரும்
கனிகளை ருசித்தவண்ணம்
நின்றவன் முன்
குப்புற வளைந்து
தன் பாதம் கவ்வ
குனிந்தது வானம்.
இளம் பெண்ணொருத்தியின்
விழிச் சொடுக்கைத்
தொடரலானேன் –
திறந்து கிடக்கும் திசைகளில்

எம். யுவன்

அவள் தேரும் இடம் பற்றிய
ஆவலுடன்
பீதியுடன்
வேட்கையின் மின் துளிகள்
சுமந்த ரத்தத்தால்
அதிர்கிறது எனது ஊன். அவளது
அசைந்து நகரும் பின்புறத்துக்கும்
பின் தொடரும் எனக்குமான
இடைவெளியில்
சொல்லப்பட்டது போல்
உருண்டையாக அன்றி
இணைக்கும் ஒரு கோடாய்
நீள்கிறது பூமி என்
னும் கோள்.

●

## என்றோ

அடுப்பெரிக்கவும்
சுவரொட்டிகளில் வீசவும்
சாணமிட்டுத் திரியும் மாடுகள்;
மற்றும்
சாணியடிக்கவும்
கிழித்தெறியப் படவும்
காத்திருக்கும்
உரத்த குரல் சுவரொட்டிகளைத்
தாண்டி
சரித்திரத்தின் தெருவில்
நடந்தவன் முன் நீண்ட
குறுங்கத்தி கேட்டது:
'யார் நீ?'
பதிலற்று நிற்பவனைத்
தூறலும் பரிவும்
அடர்ந்து பரவும் அந்தியை
என்றோ
சிதையவிருக்கும் புதுக்
கட்டடத்தில் ஏற்பட்ட
முதல் கீறலைப்
பதிவு கொண்டது
தெருவின் சரித்திரம்.

●

## வீதிக் காட்சி

தனக்குத் தானே பேசிக்
கொள்ளும் கலையை ஒரு
குழந்தையிடம் கற்றேன்.
ஜனம் நெரியும் வீதியில்
தானறியாது
யாவரும் கைவீசி
நடக்கும் மாய
நாட்டியத்தில் நானும்
கைவீசிப் பங்
களித்தேன்.
திகம்பரமாய்க்
கடந்து போன
ஜைனத் துறவி
உடை அணிந்து
உடை விலக்கத் துடிக்கும்
என்னை நொறுக்கிப் போனான்.
கைதட்டும் கடைசிப்
பார்வையாளன் மறைந்ததும்
தொடங்கிவிட்டது
முற்றிலும் புதிய
நாடகம்.

## டிசம்பர் செவ்வாய்

இந்நாள் பொன்னாள் ஆகும்
அறிகுறி எதுவும் இல்லை இதுவரை.
தலைவர் எவரும் சாகவில்லை
தெய்வகுமாரன் பிறந்ததைச் சுட்டும்
விண்மீன் எதுவும் தென்படவில்லை.
அரிசி விளைச்சலை அதிகப்படுத்த
ராக்கெட் புறப்படும் தகவலுமில்லை.
இன்றும்
என்றும் போல்
சமுத்திரம் மற்றும்
தெருக்கோடிக் குட்டையில்
சூக்குமத் தாரைகள் கிளம்பி
வானோக்கி உயர்ந்திருக்கும்.
பெயரிடப்படாத குட்டி நட்சத்திரம்
இடம் பெயர்ந்திருக்கலாம் ஒருவேளை.
லட்சக் கணக்கில் மண்புழுக்கள்
மண்ணைத் துளைத்து மீண்டிருக்கும்.
எழுதப்படாத
மனித குல வரலாற்றில்
இடப்பட்ட காற்புள்ளியாய்
நடக்கிறேன்
டீக்கடை நோக்கி.

•

## கதையின் கதை

இந்தக் கதை
இத்துடன் முடிவுற்றது.
முற்றுப்புள்ளியில்
உறைந்தது
ஆரம்பமற்ற ஒரு கணம்.
தானியக் கிடங்கு
மற்றும்
யோனித் துவாரம் பற்றிய
கடைசி ஞாபகத்தைத்
துடைத்தெறிந்த
கடைசி மனிதன் நான்தான்
என்பது சற்று முன்தான்
எனக்கே தெரியும்.
உங்களுக்கும் தெரிவித்து
விட்டேன் உடனே.
ஆனால் பாருங்கள்,
அரையிருட்டறையில்
நேற்றிரவு பிறந்த
குழந்தை அறியாது
இவையொன்றும்.
வீரிட்டு
பசியறிவிக்கும்
பஞ்சு உதடுகளின் இடைவெளியில்
கதைகளின் வெண்ணிறத் தாரையைப்
பீய்ச்சுகிறது
வெளிப்போந்து
சரிந்த
தாய் முலை.

●

தீராப் பகல்

## கண்ட காட்சி

மலைப் பாறையின் ரேகை
சரித்திரத்தின் வரியொன்றாய்
மின்னியது.
அருவியெனும் பெயரில்
பொழிந்தபடி யிருந்தது நீர்.
தொலைவின் ஆழத்தில்
விண்மீன்களின் துடிப்பு.
பார்வைப் புலனெங்கும்
விரிந்த காட்சியில் நின்
றிருந்த போது
காட்சியின் அங்கமாய்
காணக் கிடைத்தேன்.
அடைந்து கிடந்து திமிறிய
காற்றுவெளி
யேறியது பெருமூச்சாய்.
அதிக நேரமில்லை
சில யுகங்களே என்பதால்
நின்றிருந்த இடமெது
தெரியவில்லை இப்போது.
வெளிறிய ஞாபகத்தில்
மிச்ச மிருக்கிறது
தற்செயல் போல வெட்டிய
ஒரு மின்னல்.
உறங்கிக் கிடந்த பிரபஞ்ச வெளி
பேய்க் கனவு கலைந்து
சோம்பல் முறித்துப்
புரண்டு படுத்தது அப்
போது.

●

எம். யுவன்

## வேறொரு காலம்

தாண்டவ மூர்த்திக்குக்
கால் சுளுக்கு.
தொடங்கிவிட்டது
முயலக நடனம்.
காலங்காலமாய் ரத்தம் சிந்தி
அலுத்தவன் சிலுவையிறங்கி
சோகையாய்க் கிளம்பிப்
போனான்
இழைப்புளியும் கையுமாய்.
விடுதலை அன்பென்று
கடைசியாய்க்
கதை சொன்ன கிழவனும்
காணாமல்ப் போனான்.
ஆண்ட்டெனாக்கள் கீறிச்
சிவந்த வானத்தை
வகிர்ந்து விரைகிறது
அதிவேக ஜெட் ஒன்று.
சிறைப்பட்ட ராணியை மீட்க
குதித்துக் குதித்து
தடை கடந்து போகிறான்
கதையிலிருந்து கணிப்பொறிக்குத்
தாவிய வீரன்.
பொந்துகளை நீங்கிய பாம்புகள்
சுதந்திரமாய்த் திரியும் மைதானத்தின்
ஆளரவமற்ற கோயில் வௌவால்கள்
நகைக்கின்றன தலைகீழாய்
நடக்கும் மனிதர்களை.

●

உறைபனிச் சரிவில்
விறைத்த
வீரனின் பிரேதக்
கண்களில் மிச்சமிருக்கிறது
பூமியில் எங்கும்
வரையப்படாத கோடு.
அணுவை
அணு புணர்ந்து
எழும்பிய
நாய்க்குடைக் காளான்களின்
நிழலில்
வசித்தல் மறுத்து
இறுதி உயிரும்
நீங்கின பின்
மீந்த
முப்பரிமாண வரைபடத்தின்
குறிக்கப்படாத மூலையில்
ஒதுங்கி
நின்றிருந்தேன்
'என்னதான் நடக்கிறது' என
வேடிக்கை பார்த்த
வாறு.

●

## விரைதல்

சற்று முன்
லாரிச் சக்கரத்தில்
அரைபட்டது ஒரு பன்றி.
திரியும் பன்றிகளும்
விரையும் வண்டிகளும்
மலிந்த ஊரில்
விபத்துகள் அதிசயமா
தவிர
இல்லாது போனவற்றுக்
கெல்லாம் நின்று வருந்த
அவகாசமற்ற
அவசர வாழ்க்கை
எனது. என்ன,
சற்று முன்னுக்குச்
சற்று முன்
நிர்ணயம் பெறாத
புதிர்க் கணங்களொன்றில்
விரைந்து கொண்டிருந்தோம்
அது மரணத்தை
நான் போஸ்ட்டாபீஸை
நோக்கி.

●

# பேட்டி

ஊர்வதற்கே வாழ்வென
உடம்பெல்லாம் கால்கொண்ட
மரவட்டை ஒன்று
ஓய்வாய்ச் சுருண்டிருக்கக்
கண்டேன்.
பொழுது போகாமல்
கேட்டேன்:
'இந்திய சுதந்திரத்தின்
பொன் விழா பற்றி...'
"என்ன பெரிய சுதந்திரம்.
பையன்கள் இன்னமும்
குத்துகிறார்கள் குச்சியால்."
இலைகளிலும் மலர்களிலும்
சிறுநீர்த் துளிகளுடன்
அருகிலிருந்த செடி
ஆமென்றது தலையசைத்து.
பையனாய் இருந்து
வந்தவன்தான் நானும் எனச்
சொல்லாமல் மறைத்து,
'என்றாலும்
வாழ்க்கைத் தரம்...?'
என்றேன்.
"நோ கமெண்ட்ஸ்" என்று
நகர்ந்தது தன்
நூறாவது காலை
எதிர்காலத்துள்
இழுத்து வைத்து.

●

# ருசிகரம்

யாரோ
யாரையோ குறிவைத்துப்
புதைத்த கண்ணி
வெடிகளின் பிராந்தியத்தில்
தத்தித் தத்தி
உயிர் தெறிக்க ஓடுவதன்றி
பிறிதொன்றும் அறிந்திலேன்.
நிழல்பட்டுச் சிதறியவை
உடல்பட்டும் வெடிக்காதி
ருந்தவை உள்ளுணர்வால்
தெரிந்தவை உற்றவரைக்
கொன்றவை
மரணத்தில் பதிந்து
வாழ்வுக்கு மீளும் வலது
கால் குதிரைச் சதையின்
வில்லைக் கருமச்சம் என்
அங்க அடையாளமெனப்
பள்ளிச் சான்றிதழில்
பாஸ்போர்ட்டில்.
பயம் தின்று பசியடங்காது
ஓடுதலே நானானேன்.
நான் நிற்க எதிர்த்
திசையில்
தான் விரையும் தரையில்
உருண்டோடி வருகின்றன
மரங்கள் எரிமலைகள்
பனிப்பாறைகள் மற்றும்
கிழமைகள்
பருவம் தோறும் உருமாறும்
மரங்களின்
கிளைதாவிக் கிளைதாவி
தன்னுயிர் பாலிக்கும்
குரங்குதிர்க்கும்
பழம்தான்
என்ன ருசி!

●

தீராப் பகல்

## சுருள்

ஞாபகத்தின் நிலவறையில்
சிதறிக் கிடக்கும்
தானிய மணிகள்
உனதுமல்ல
எனதுமல்ல
    தனதுமற்ற
தானியத்தைக் கொறித்து
நகரும் பறவையின்
நிழல்
படர்கிறது ஆகாயத்தில்.
    ஆகாயம்
கருவை மூடிய உறைக்கும்
இறுகிய ஓட்டுக்குமான
இடைவெளியில்
சுருண்டு கிடக்கிறது.

●

## என் உலகம்

நீள அகலங்களில்
மட்டும்
உறைந்த மலையொன்று
தொங்குகிறது என்
வீட்டுச் சுவரில் திரியும்
பல்லியின் அருகே.
நேரம் தப்பி வீடு திரும்பும்
என்னை
வியந்து வரவேற்கும்
சுவர்க் கடிகாரம்.
இணையைத் துரத்திக்
களிக்கிறது கரப்பாம்பூச்சி
நான் இருப்பதன்
கூச்சம் அற்று.
அவரவர் உலகத்தின்
காட்சிப் பொருளாய்
நுழைந்து மீண்டு
என்னுடைய உலகத்தை
நிறுவவும்
நேர்கிறது எனக்கு.

சில நூறு அடி அகலமும்
பல நூறு மைல் நீளமும்
கொண்டு
இரையெடுத்த மலைப்பாம்பென
நகரும்
நீர்த்திவலை யொன்றில்
இறங்கினேன்.
‘சுழிகள் முதலைகள்
அதிகம். பார்த்து’ என்றான்
கரையென
நகராதிருந்த
மணற்துகளில் நின்றிருந்தவன்.
அருகில்
முன்கால் ஊன்றி
பின்காலில் வீற்றிருந்த
தவளை
‘கர்...கரக்’ என்றது
பரிவுடன். பின்
துகள் நீங்கித்
திவலையில் பாய்ந்து
புதைந்தது.

●

மிச்சமில்லை எதுவும்.
பகிர்ந்தாகிவிட்டது.

    எதிர்ப்படும் தாவரம்
    எதனுடனும்
    சுவாசத்தை

    குறுக்காக ஓடும்
    சுண்டெலி மற்றும்
    காற்றாலையுடன்
    பார்வை வெளிச்சத்தை

    வீணையின் நரம்புடனும்
    ஊழியின் கூச்சலுடனும்
    குரல் நாண்களின்
    ஒலிப் பெருக்கை

    முள்ளம்பன்றி அணில்குஞ்சு
    மற்றும்
    மழைப்பூச்சியுடன்
    உயிர்வெளியை

தீராப் பகலில்
இருக்கிறேன்
வந்து வந்து
செல்கின்றன
இரவுகள்
பகல்கள்.

## கதை சொல்லி

கதை சொல்லும்
கல் தச்சன்
ஊருக்குள் வந்தான்.
உளியின் சொல்லுக்குத்
திறந்த கல்
ஒவ்வொன்றும் கூறின
ஒவ்வொரு கதை.
அம்மிக் கல்லில் ருசியின் கதை
இருட்டறைச் சிற்பத்தில்
பக்தியின் கதை
பல்கிட்டி இளிக்கும்
யாளியின் வாய்க்
கல் உருண்டையில்
மாயப் புனைகதை.
நதிக் கனவில் மயங்கும்
வறண்ட மணல் படுகையென மெய்
மறந்து கேட்
டிருந்த நாட்கள் அநேகம்.
ஊர் நீங்குமுன் அவன்
விட்டுச் சென்ற கதையிது:
ஏதோவொரு பகலிரவின்
பிரதியற்ற கணமொன்றில் அது
நேர்ந்திருக்கும்.

ஓசையும் மௌனமும்
கலவியுறும்
நிசப்த வெளியில் தன்
துடுப்பை முதன்முறையாய்
அசைக்கும்
அந்த மீன்

முட்டை ஓட்டின் விரிசல் வழி
நீளும்
பிஞ்சு அலகுக்கு
முதல் உணவாய்க் கிடைக்கும்
ஒரு துளி ஆகாயம்
என் காலமானியில்
முள்ளென நகரும் நான்
குறிக்கப்படாத அலகைத்
தீண்டும் போது
பேரோசையெழுப்பி
ஓய்ந்திருக்கும்
ஊசல்.

●

## காட்சியின் அகம்

அருங்காட்சியகம் திறந்திருக்கிறது.

சிக்கிமுக்கிக் கல் அரணிக்கட்டை
மின்னல்
சதுப்புநிலம் சமுத்திரம் பனித்துளி
காக்கும் கண்ணாடிப் பேழைகள்
குழந்தைமை வாலிபம் மூப்பு
சட்டையெனத் தொங்கும் கொக்கிகள்
முத்தம் படுகொலை வன்மம் பக்தி
பாதுகாக்கப்பட்ட ரசாயனக்குடுவைகள்
பாடம் செய்யப்பட்ட மிருகநிலைகள்
பாதுகாக்கப்படாத அன்பு

என் விருப்பம்போல்
அனைத்துக்கும் பெயரிட்டு
அட்டைகளில் எழுதி மாட்டியவாறு

காட்சிகளின் தாழ்வாரத்தில்
கடந்து செல்கிறேன்
கால் பாவாமல்

தாழ்வாரம் தரையினால் ஆனது
அல்ல. தரையும்
தரையினால் ஆனது அல்ல.

●

## சில சமயம்

1. ஓடுபாதையில்
   இறக்கை அசைக்கும் பறவைகளும்
   தத்தி ஓடுகின்றன.

2. சிற்பமும் சிற்பியின் கனவும்
   வெளியேற சம்மதிக்கின்றன
   உதிரும் பாறைத் திப்பிகள்.

3. நீள்வட்டச் சுழற்பாதை நீங்கி
   தரை தீண்டும் வேட்கைக்கு
   ஆட்படுகிறது விண்கல்.

4. அகராதியின் விளிம்புகள் தாண்டி
   கவிதைக்குள் பிரவேசிக்கிறது
   ஒரு சொல்.

5. தடாக மீன்களெனத்
   திரிந்தலையும் சொற்கூட்டம்
   நிலைத்து நின்றுவிடும் தருணம்
   நதி உறங்கும் மாயவேளையாய்க்
   கனிகிறது.

   மற்றபடி,

6. சமயங்களின் வழி வாழ்வும்
   சில சமயங்கள் வழி நானும்
   அவரவர் போக்கில் நடக்கிறோம்
   கைகோர்த்து.

புகைச் சுவருக்கு அப்பால்
பூத்திருக்கிறது நீ
என்றும் நுகராத பூ.
அதன்
வாசனைத் தொட்டியிலிருந்து
புறப்பட்டு வருகிறேன்
உன் நாசித் துவாரங்களின்
வழி
நரம்பின் வலைப்பின்
னலில்
நிரம்பித் ததும்ப.
         நீயானால்
தும்முகிறாய்.
ஒவ்வாமைக்கு மருந்துச்
சீட்டுடன்
காத்திருக்கிறார்கள்
நீதிபதி பீடாதிபதி
அறிவுபதி மற்றும்
அறிவியல்பதி.
      நீருக்கு வெளியில்
      தலை நீட்டி
      சூரிய தரிசனம்
கொள்ளும்
      தாமரை இலைகளைப்
      பார்த்ததுண்டா?

●

மறதியின் புதைசகதியில்
தோன்றி வெடிக்கிறது நீர்க்
கொப்புளம்.
முடிந்ததென்று நான் நினைத்திருந்த
நீள்முத்தத்தின் இரவு
இந்த இரவு ஆகிறது.
உன் ரகசிய வேட்கையின் சதுப்பில்
ஆழ்ந்திறங்குகின்றன என்
இச்சையின் கூர்நுனி வேர்கள்.
கீழ் உதட்டின் உப்புருசியை
துர்வாடையை சகித்துக்
கொள்கிறேன் இப்போதும்.
சருமங்கள் உரசிப் பற்றும்
கொடுந் தீயின் கரம்பற்றிக்
குழந்தைகளாய் நடக்கிறோம்.
ஸ்பரிஸத்தின் தொடு எல்லையில்
சீறும் பெருமூச்சாய் நிற்கிறேன்
நின்றபடி.
நிசப்தத்தை இரவின் தனிமையை
ஜன்னல் சதுரத்தில் ஒடுங்கிய ஆகாயத்தை
மற்றும்
நகரும் நேரத்தைக் கண்காணிக்கும்
கடிகாரத் துடிப்பைக்
    குரலிட்டுக் கீறும் சுவர்க்கோழி
    அங்கலாய்த்துக் கொள்கிறது.

●

தீராப் பகல்

வார்த்தைகளின் சிதையில்
ஞானிகளும்
விஞ்ஞானிகளும் எரிந்த
சாம்பல் மேட்டில்
எருக்கலஞ் செடியாய் எழுகிறது
இந்த விநாடி.
பேதமின்றிப் பரவும்
இருளை ஊடுருவி
தற்செயலாய்
மிகத்
தற்செயலாய் அமைந்த
பிறவிப் பயனால்
மினுக்குகின்றன
மின்மினிப் பூச்சிகள்.
முன்னெப்போதும்
பார்த்திராத பூமியின்
பரப்பை நோக்கி
காற்றுக் கூரையைப்
பொத்தலிட்டு விரைந்
திறங்கும் விண்கல்
பாதிவழியில் அவிகிறது
ஓலைக் குடிசைக்குச்
சற்று மேலே.

●

நகரின் புறத்தில் வீடுகள்
முளைக்கின்றன. வீடுகளில்
மனிதர்கள் முளைக்கிறார்கள். சில
வீடுகளில் தோட்டம் முளைக்கிறது.
மிகச்சில வீடுகளில் கத்திரி
வெண்டைச் செடிகளுக்கு நடுவே
வானவில் முளைக்கிறது. குழந்தைகள்
மனிதர்களாகும்போது
செடிகள் மரமாகின்றன. மனிதர்கள்
குழந்தைகளாகும்போது வானவில்
கற்றுத் தருகிறது
நிறபேதம் நிறச்சேர்க்கை
மற்றும்
தோன்றுதலும் மறைதலும்
பற்றி.

●

ஒரு இலை உதிர்ந்ததில்
பூமி அதிர்ந்தது.
இறக்கை அசைக்காமல் கால்கள்
தொங்கவிட்டு
ஆகாயத்தை அளக்கும் கொக்குகள்
தோன்றின.
சலனத்தின் பெருங் குளத்தில்
அசையும் மீன்களெனத்
தோற்றம் காட்டின மரத்துண்டுகள்.
மின்னலின் ஒரு வீச்சில்
இருள் பொசுங்கும் வாசனை நிரம்பி
நெட்டுயிர்க்கிறது தனிமைவெளி.
கணந்தோறும் பிறந்திறந்து
பிறந்திறக்கும் பார்வையாளனின்
ஆயுளை நீட்டிக்கும் பதட்டத்தில்
பகலிரவாய்க் கண்விழிக்கும்
சோதனைச்சாலை நோக்கிப்
புறப்படுகிறது ஈசல் படை
ஒரு பொழுது வெளிச்சத்தைத்
தின்று மரிக்கும் வேட்கை மீறி.
தொலைவில்
வரவிருக்கும் மழைக்காலம் உள்ளுணர்ந்து
ஈரம் கொள்கிறது காற்று. சேமிக்க
உணவு சுமந்து செல்கின்றன
சிற்றெறும்புகள்.

●

வேடிக்கையாய் இருக்கிறது.

மணி முதல் சக்கரத்தின்
சன்னக் கம்பிவரை உதிரிகளாய்
வாங்கி மாற்றிய பின்னும்
அதே சைக்கிளாய்த் தொடர்வதும்

ஜீவநதி சாக்கடையாய் மாறுவதும்
சாக்கடை நீர் வசிப்பிடமாய் ஆவதும்

தத்தமது பாதையில்
எங்கெங்கொ அலையும் கிரகங்கள்
வாழ்வின் போக்கை வகுப்பதாய்க்
கேள்விப் படுவதும்

எதையும் குறிக்காத எண்களின் வழி
எதையும் குறிக்க இயல்வதும்

பிறவாதவற்றுக்கு அழிவில்லை என்று
பிறந்தவன் சொல்லக் கேட்க நேர்வதும்

இதை நான் சொல்லவும்
நீங்கள் கேட்கவும் மூலகாரணம்
பழுக்கு முன்பே குறியீடாய் மாறிவிட்ட
ஒரு ஆப்பிள் என்பதுவும். ஆனால்,

யோசிக்க வேண்டிய திசையே வேறு.
அந்த ஆப்பிள் கடிபடுமுன்
நாம் எங்கிருந்தோம்?

●

## அறிவு – இயல்

கல் தொட்டிலில்
பிள்ளையைக் கிடத்தித்
தாலாட்டுகிறாள்
அணுவின் தாழ்வாரங்களில்
உலவும்
மந்திர ஜாலக் கதைகளைப்
பாடி.
நிறுத்தற் குறிகளற்ற மொழியில்
படரும் பாடல் துணுக்கில்
பொசுங்குகின்றன ஓராயிரம்
டி.வி. பெட்டிகள்.
அதல பாதாளங்களில்
ஊன்றிய கால்
சற்றே இடறி
கிண்ணத்திலிருக்கும் சமுத்திரம்
சரித்த துளி
வீழ்ந்து
வீழ்ந்து
வீழ்ந்து
வீழ்ந்து
சொட்டுகிறது என்
தலையில்.
இடைவெளிகள் நிரம்பி
இடைவெளிகள் தூர்ந்து
நிரம்பித் தூர்ந்து
நிரம்பும்
பூகம்பத்தில் சம்பவிக்கிறது
நிலவில் நெல்குத்தும்
கிழவியின் மரணம்.

●

புவி ஈர்க்கத்
தரை யிறங்கும்
சிசு
உடல்வழிப் பாதையில்
விரைகிறது
பிறவாத காதலியை
எதிர் நோக்கி.
அகாலத்தின் முலைக்காம்பை
தளிர்க் கரத்தால்
மெல்ல
வருடிக்
கறக்கிறது.
நொடிக் கொன்றாய்ச்
சொட்டும் துளி
ஒன்றில் உருவாகிறது
சிட்டுக் குருவி.
மற்றொன்றில் குட்டிச் செடி.
பிறிதொன்றில் லாலிபாப்.
இன்னும்
பல மைல்கள் ஓடும்
வண்டித் தடத்தில்
முன்காலால் பற்றிப்
பின்னுடல் இழுத்துக்
கொள்ளும்
கம்பளிப் பூச்சி.

●

தீராப் பகல்

கனவில் ஒட்டகம் வந்தது.

பின்னொரு நாள்
அதைப் பார்க்கப் போனேன்.
நிம்மதியற்று வன்மமாய்
நடைபழகின புலியின்
கூண்டுக்கு வெகுதொலைவில்
திறந்தவெளிக் கூண்டில்
தனித்து நின்றிருந்தது
ஏதோ ஓர் இலையையோ
ஞாபகத்தையோ
அசை போட்டபடி.
கனவில் வந்த அதே இடம்.
என் கனவில்
தான் வந்ததை
ஒட்டகம் அறியுமா?

எப்படிக் கேட்க?

ஒரு வேளை,
நான் கண்ட அதே நேரம்
அதே கனவை
ஒட்டகமும் கண்டிருந்தால்
கேட்கும் அவசியம் நேராது. அப்போது
கனவுக்கும் இப்போதுக்குமான
இடைவெளியும்
இருக்காதோ?

வளர்ச்சி என்ற ஒரு சொல்லின்
பின்னணியில்
புரிந்து கொள்கிறோம்
தாவரம் கட்டடம் இரண்டும் உயர்வதை.
ஆனால்,
தாவரத்தின் வேர் தாவரத்தினடியிலும்
கட்டடத்தின் வேர் மேஸ்திரி
அல்லது
பொறியாளனின் மனதடியிலும்
இருப்பதை யாரும் அறிவர்.
மேலும்
ஒரு கிளையை வெட்டின இடத்தில்
மறு கிளை முளைக்கிறது.
ஒரு செங்கல் உருவப்பட்ட இடத்தில்
மறு செங்கல்லை வைத்தால்தான் உண்டு.
எனினும்
கிளைக் கவையில் போலவே
வெண்ட்டிலேட்டரிலும் மீட்டர் பாக்ஸிலும்
குருவி கூடுகட்டுகிறது.
இதைவிடவும் முக்கியமானது ஒன்று
உண்டு.
என் பெயரோ, உன் பெயரோ, இந்
நகரின் பெயரோ
அறியாத மரங்கொத்தி
சுவரில் பட்டையுரிக்க
முற்படுவதில்லை.

●

அவித்த முட்டையின் மேல்
ஓட்டுக்கடியில் பொருந்தின
சவ்வுஉறையெனப் பூமியின் மேல்
படர்ந்திருந்த ஆகாயத்தை
மெல்ல மெல்ல உரித்தேன்.

மிக மிகக் கவனமாய் உரித்தெடுத்தும்
உறையில் ஒட்டிப் பிய்ந்து
மேலே போன பூமிச் சதை
இருந்த இடத்தில் நிணம் போல்
நீர் கோர்த்தது.

அந்த இடங்களைக்
கடல் என்கிறார்கள்.

சதை பிய்ந்த தேகத்தின்
எதிர்ப்புணர்வாய்
நெறி கட்டிய இடங்களை
மலை என்று அழைக்கிறார்கள்.

பெயர் சூட்டும் உரிமையை
எங்கிருந்து பெற்றனர்
என்ற குறிப்பும் ஏதுமில்லை.

ரகசியம் இழந்த பூமி
கூச்சத்தில் நெளிகிறது.

அதிக நாள் ஆகவில்லை
ரணமும் உலரவில்லை.
சதை பிய்ந்த பச்சைக் கவிச்சி
அடங்கவில்லை எங்கும்.

காட்டெருமைகளுக்கும் காண்டா
மிருகங்களுக்கும் தெரியாத
புறாக்களும் அந்துப்
பூச்சிகளும் அறியாத இந்த
உண்மையை அறிந்து
என்ன செய்யப் போகிறேன்
என்று தெரியவில்லை எனக்கு.

முட்டுக் கொடுக்கத் தூண்கள் இல்லை
என்பதால்
எந்த நேரமும் ஆகாயம் சரியலாம்
மீண்டும்.
அப்போது
இந்தப் பெயர்களும் அடையாளங்களும்
சூட்டியவர்களின்
வழித் தோன்றல்களும்

கடைசியாய்
நானும்
என்ன ஆவோம்?

●

## அம்மை பிள்ளைத் தமிழ்

கன்னிமையின் சுழற்படியில்
மிதந் து மி தந்து ஏறுகிறாள்.
பிரகாரத்தின் கற்சுவர்களில்
பட்டுத் தெறிக்கிறது.
வனப்பின் வெண்கல நாதம்.
பொற்றாமரைக் குளத்தின்
தூர்ந்த சுனைகள்
பட் பட் டெனத் தெறித்து
ஊறும் புனலில்
அமிழ்கின்றன மாடவீதிகள்
மாண்டவர் மூச்சுத் திணறி
மீண்டவர் எண்ணிக்கையைக்
கூட்டிக் கழிக்கிறது
திரையற்ற கணிப்பொறி.
ஒளிர்கிறது எண்களின்
ஏறுவரிசையில்.
விதிகளற்ற ஆட்டத்தின்
விளிம்புகள் முற்றாய்
அழிந்து
வெள்ளம் வடிந்த
அப்பால் வெளியில்
சுருங்கித் தொய்ந்த
மூன்றாம் முலை திறந்து
தாம்பூலம் தரிக்கும் கிழவி
சீழ்க்கையாய்ப் பீய்ச்சும் எச்சில்
படர்கிறது
பூமிப் பரப்பெங்கும்
விடாய்க் குருதியென.

●

# திரும்புதல்

மரத்தடியில் கிடத்தின
உடலைச் சேகரித்துக் கொண்டேன்.
தொலைதூர அருவியின் முணுமுணுப்பில்
பதிந்த செவிகளை மீட்டுக் கொண்டேன்.
மாதுளம் பழத்தில் செந்நிறமாய்ப் பூத்த
விழிகளைப் பறித்துச் சூடினேன்.
காற்றில்
பிச்சியின் வாசனையாய் மிதந்து
நகர்ந்த நாசியை
அதன் இடத்தில் பூட்டினேன்.
நாவின் சுவையை ருசித்தவாறு
இருந்தபோது
முன்னந்தியின் முதுகிலேறி
நகர்ந்தது வனம்.
சூட்சுமச் சக்கரங்களில் விரைந்து
நெருங்கும் வீடு,
சூல்கொள்ளும் கருப்பையின் வெதுவெதுப்பில்
பொதிந்து கொள்கிறது என்னை,
மின்விசிறியை குழல்விளக்கை மற்றும்
நிசப்தத்தை.

●

## பொதுமை

மேகம் உறிஞ்சும்
சிலவகை நீரை நான்
அருந்த மாட்டேன். ஆனால்
அறிவேன்

தாகம் பொது.

துப்பாக்கிக் குதிரையை நிமிண்டி
உயிர் பறிக்க ஒருபோதும்
சம்மதியேன். எனினும்
தகவல்களுக்கு பதிலாக
மர்மங்களை முன்வைக்கும்
புத்தகத் தியானம் கலைத்துக்
கொலையுண்ட கொசுக்களைத்
தெரியும்

கொலைவெறி பொது.

பாத்திகளின் சதியில்
பிரிந்திருந்தும்
ஏக காலத்தில் மலரும்
மடியும் ரோஜாச்
செடிகளைப் பார்த்திருக்கிறேன்
மண்ணும் விதையும் பொது
நண்பனே.

மறுபாதியின் பிரிவு ஆற்றாது
கலக்கமாய்ப் புலரும் பொழுதின்
முதல் செய்தி காதில் கேட்ட
என் பதற்றம்
அறிவாயா

கடவுளுக்குக் கோவணம் துவைத்தும்
கால் அமுக்கிவிட்டும்
சாகாவரம் பெற்ற குகைமனிதன்
மாநகர வீதிகளில்
போஸ்டர் தின்று உலவுகிறானாம்,
ஜாக்கிரதை.

●

# 8 6 2002 – மங்களூர் மெயில் – காலை 6.30

அதிகமாக ஒன்றும் நடந்துவிடவில்லை –
ஒரு பிரபஞ்சம் உருவானதற்கு மேல்.
இச்சை மற்றும் வன்முறையின்
செய்தியை அறிவித்தபடி
நூறு நூறு ஆண்டுகளைக் கடந்து
செல்கின்றன காற்றும்
மழையும் மரணமும்.

கூன் நிமிர்ந்து ரோமம் உதிர்ந்த
நாள் முதல்
தொடர்புறுத்தவும் தொடர்பறுக்கவும்
புதுப்புது வார்த்தைகளைக்
கண்டுபிடித்துக் கொண்டே
யிருக்கின்றன மனிதக்
குரங்குகள்.

அஸ்திவாரமும் அற்று அந்தரத்தில்
தொங்கும் படிக்கட்டுகளில் ஏறி
இறங்கி ஏறி இறங்கி
நான் வந்து சேர்ந்த
புகைவண்டி பட்டாம்பியை
நெருங்குகிறது.

தோப்புகள் கட்டடங்களுக் கிடையே
மறைந்தும் எட்டிப் பார்த்தும்
எதிரில் வருகிறது பாரதப் புழை – தன்
பருத்த முலைகளை
ஒரு கணம் ரசித்துவிட்டு
கச்சைக்குள் இறுக்கிப் பொதியும்
கருத்த பெண்ணைப் போல.

●

கேட்கிறதா
அழைப்பின் குரல்?

முத்தமிட்டு முத்தமிட்டு விலகும்
காதலியின்
பற்தடம் பதிந்த கீழுதட்டிலிருந்து

சட்டென்று திரவமாய்க் குழையும்
தரையில்
புதைந்த கட்டடங்களிலிருந்து

ஆசையுடன் நீ பார்க்கும்
நிலைக் கண்ணாடியிலிருந்து

நீ ருசித்து உண்ணும் கனியில்
விஷம் தின்று வளரும்
நுண்ணுயிரிகளின் குரல்வளையிலிருந்து

உன் தோற்றுவாய்க்கு முந்தைய
அல்லது
இறுதிக் கணத்துக்கு அடுத்த
கணத்திலிருந்து

பெருகும் ஓசையை
மடுக்கிறதா உன் செவிகள்?
கொள்ளளவு தாண்டி வழியும்
ஓசையைக் கொள்ள

முயலின் காதுகளாய் நீளும்
உன் செவிகள்?
ஓசையின் புனல் சுவாச
கோசங்களில் நிரம்பித்
ததும்பும்போது

தப்பிக்க இரு வழிகள்
உண்டு உனக்கு. ஒன்று,
மூச்சுத் திணறிச் சாகலாம். அல்லது
மீனிடம் பாடம் கேட்கலாம்.

## சாசனம்

அலமாரியைத் திறக்கிறாய்.
போர்வீரரின் வரிசையில்
நாயகமென
நின்றிருக்கும் அகராதியை
முதுகுத் தண்டைப் பிடித்துத்
தூக்குகிறாய்.
நடுங்கும்
ஆட்காட்டி விரலுக்கும்
கட்டைவிரலுக்கும் இடையில்
இறுகப் பற்றி
உலுக்க உலுக்க
உதிரத் தொடங்குகின்றன
சொற்கள்.
வெற்றுத் தாள்களின் அகராதியை
கவனமாய்ப் புரட்டுகிறாய்.
மீதமாய் ஒட்டியிருக்கும்
ஓரிரு சொற்களையும்
துடைத் தெறியும் ஆசையில்.
தரையில் சிந்திய சொற்கள்
எறும்புக் கூட்டமென
இணைந்தும் பிரிந்தும்
விலகியும் கூடியும்
மெல்ல மெல்ல
நெய்யத் தொடங்குகின்றன
உன்னுடைய சாம்ராஜ்யத்தில்
உன்னைச் சிறையெடுக்கும்
அடிமைச் சாசனத்தை.

●

## பயணி

ஆதாம் கடித்த ஆப்பிளின்
விதைகள் சிதறியதில்
வளர்ச்சியில் ஊன்றிக் கொண்ட
ஒரு விதை மட்டும்
மரமாய் வளர்ந்ததாம்.
பல்கிப் பெருகியது
ஆப்பிள் மரத்தின் சந்ததி.
ஆதாமின் சந்ததியும்.

பின்னொருநாள்
ஆப்பிள் மரத்தடியில்
சாவதானமாய்ப் படுத்திருந்தவன்
பார்வை பட
ஈர்ப்பில் நகர்ந்தது
முதன் முதல் ஆப்பிளின்
சந்ததி ஆப்பிளாம்.

கதையை முடித்து நகர்ந்தவனிடம்
'எங்கே போகிறாய்?'
என்றேன்.
'எதிர்க்கரைப் பசுமைக்குள்
ஒளிந்திருக்கும்
தித்திக்கும் வேப்பிலையைத்
தேடி'.

'போ. போ.
போய்ப் பார்.
உனக்கே புரியும்'
என்றேன்.

கடற் திட்டிலிருந்து
என் மனைவியின்
மோதிர விரலுக்கு இடம்
பெயர்ந்த பவளப் பூச்சியின்
விறைத்த கண்களில்
எதிரொளிக்கிறது
காட்சி மகா சமுத்திரம்.
மேகங்களின் உராய்வுக்குத்
தப்பிய
மின் துணுக்கின் உதவியில்
விரிகிறது
புத்தகச் சமவெளி.
இனம் பெருக்கி
சொம்புகளில் உறையும்
கங்கையைத்
தீண்ட முடியாத் தொலைவிலிருந்து
வெறிக்கிறார்
அலமாரிச் சிவன்
சுவாசத்தின்
அதீதக் கணங்களில்
இயற்பெயர் மறக்கும்
நான் போல.

●

## பிறழ்ச்சி

ஒரு நதியைக் கடப்பது போல
அல்ல
இரவைக் கடப்பது.
    தரைக்கு மாற்று தண்ணீர்
    என்பது போல
    அல்ல
    பகலுக்கு மாற்று இரவு
    என்பது.
லாகவமாய்த் துடுப்பசைத்து
பரிசலில் நீர்ச் சுழிகளைச்
சுலபமாய்க் கடப்பவனும்
கனவுச் சுழிகளுக்குத்
தப்புவதில்லை.

கனவின் சுழிகளில் பால்யம்
பசியடங்காத சுறாவென
அலைந்து கொண்டிருக்கும்.

    வெளிச்சம் தரைவரை
    ஊடுருவும்போது
    அபூர்வமாய்க் கிளைத்த
    ஓரிரு கணங்கள்
    தட்டுப்படலாம் தங்க மீன்களென.
ஆயினும்
வன்மமாய்ச் சாத்தப்பட்ட
தாழ்ப்பாள் ஓசையின்
இரும்புப் பளபளப்பில் இரவு
வெயில் அடர்ந்ததாகி விடுகிறது.

கனவுக்குள் கனவென அன்பு
பூத்த நடுக்கரைச் சோலை
கானலுக்குச் சமமாய்
இருளின் அலைகளில்
விலகி விலகிச் செல்லும்.

எனினும்
பிரித்து உயர்த்திய குடையாய்க்
கவிழும் இரவின் கீழ்
ஒதுங்கி ஆசுவாசம் பெற
அஞ்ச வேண்டியதில்லை.

ஏனெனில்,
இரவைக் கடந்ததும் நாள்
மாறிவிடுவது போன்றே
நதியைக் கடக்கையில்
மாறி விடுகிறது பொழுது.

## மறுநாள் காலை

சென்று பார்த்த போது
எல்லாமே இருந்தது
மரவட்டைச் சுருள்
துருவேறிய ஆணிகள் ஏழெட்டு
பாலிதீன் பைகள்
சிரட்டையில் தேங்கிய சிறுநீரில்
ஒரு விள்ளல் ஆகாயம்
காகம் எறிந்த எலும்புத்துண்டு
சிகரெட் அட்டைகள்
வைக்கோல் பிரி ஒன்று
மஞ்சள் நிறமாய் இருந்து
கரும்பழுப்பாய் மாறின
விடாய்த் துணி
புகை பறக்கும் கருஞ்சாம்பல்
அச்சடித்த தாள்கள் சில
சுண்டெலியின் பிரேதம்
பாதி அழுகிய பப்பாளிப்பழம்
பிசுபிசுப்புடன் ஆணுறை ஒன்று
எல்லாம்.
எல்லா இரவும் போலவே
இறுக்கமாய்ப் படர்ந்த
முந்தின இரவின் தனிமை
நொறுக்க
ஆயிரம் சொற்கள் இறைத்திறங்கிய
அண்ட வெளிச் சிநேகிதன்
எரிகல்லைத் தவிர.

●

# இப்போது பறவை

தூங்கும்போதா
விழித்திருக்கும் போதுதானா
தெரியவில்லை,
விலாவுக்கொன்றாய் முளைத்துவிட்டன
இரண்டு சிறகுகள்.
பிறவிப் பறவை இல்லை நான்
என்பதால்
பறப்பதற்கு முதலில் பயமாய் இருந்தது.
பின்பு விசித்திரமாகி,
பழகியும் விட்டது.
கருநிற முட்டைகளாய் மனிதத்
தலைகளைப் பார்த்தவண்ணம்
பறத்தலே வாழ்வாக ஆனது.
ஓடு சிதையாமல் முட்டைகள்
பொரிக்கும் குஞ்சுகளைப்
பார்த்தும் புசித்தும் பறக்கிறேன்.

ஒருக்களித்துப் படுக்கச் சிரமம்தான்.
ஆனாலும்,
கண் இமையின் உட்புறம் ஒட்டிய
கனவின் மிச்சத்தைக்
கழுவித்துடைக்க நீர் தேடி
அலைய வெகு அனுகூலம்.

ஒரு முத்தத்தை நோக்கி நகர்வதும்
மரணத்தை நோக்கிச் செல்வதும்
தனித் தனிப் பாதைகள்
அல்ல – முத்தம்
மரபணுவின் ஆதிச்செய்தியை வாசிக்கப்
பின்னோக்கி விரைவதாய்
மரணம்
உயிர்த் தளத்தின் கடைசிப்
பாத்தியைத் தாண்டிக் காலடி
வைப்பதாய்க் தென்படினும். இதன் பொருள்
மரணத்தின் பாதை
முத்தங்கள் பதிந்தது என்பதே. இதில்
நகர்வது வண்டியா
அல்லது பாதையா என்ற
தீராக் குழப்பம் வேறு.

அதனாலென்ன,
ரயில் நகரத் தொடங்கியதும்
பாதையும் விரைகிறது.

●

ஆதிக் குதிரையின்
பிரதிக் குதிரைகள்

சேணமற்றுத் திரியும் சமவெளியில்
புதிதாய் முளைத்திருக்கிறது
பழைய புல்.

    தன் கூர் முகத்தால்
    சீண்டுகிறது
    என் பார்வையை.

    நான் மறு அவதாரமாக்கும்
    என்றபடி கண்ணடிக்கிறது.

    உணவை என்போல்
    உடலிலிருந்தே சமைத்துக்
    கொள்ள முடியுமா உன்னால்
    என்று சவால் விடுகிறது.

தாய்முலைக் காம்பைக் கவ்வ
மூடிய கண்களுடன் தவிக்கும்
சிசு போல
வெளிச்சத்தை நோக்கிக்
காற்றில் அலைபாயும் புல்லும்
நானும்
ஒரே ஓட்டுக்குள் உருவான
இரட்டைக் கரு போல.

    நல்லவேளை,
    நீர் நீராகவும்
    நிலம் நிலமாகவும்
    இருக்கிறதோ,
    பிழைத்தேனோ.

எனது பணி
சொல்வதற்கு மிகவும் சுலபம்.

விடுபட்டுப் போன வார்த்தைகளைக்
கோக்கிறேன்.
பேராற்றின் விசையால் கரையோரச்
சிறார்களின் கவனக் குறைவால்
அவசர விழிகளின் மேலோட்டப்
பார்வையால் ஒதுக்கப்பட்டு
சிதறிய கூழாங்கற்களாய்க்
கிடக்கின்றன அவை. தனித்துக்
கிடக்கும் அவற்றை ஒருகணம்
ஏந்துகிறேன் உள்ளங்கையில்.
உலகினளவு கனக்கிறது
ஒவ்வொன்றும்.

அடுத்தமுறை கூழாங்கல்லைப்
பார்க்கும்போது
என்னை நினைவுகூர்ந்தால்
தகவல் சொல்லுங்கள் தயவுசெய்து.
வாய்ப்பிருந்தால் வந்து
பார்க்கிறேன்.

கல்லின் கனம் கைக்கும்
உள்ளங்கையின் மனிதவாசனை
கூழாங்கல்லுக்கும் இடம் பெயரும்போது
ஏதோ நிகழ்கிறது.
இல்லையா?

●

## ஆறுதல்

இன்றைய
பொழுது புலரும்போது
உன் ஆகாயம்
உலோக வாசனை கொள்கிறது.
சூரியனை மறைத்துப் பறக்கும்
போர்விமானங்கள்
பகல் இரவு வேறுபாட்டை
அழிக்கின்றன.
ஒரு வெடியோசைக்கும்
மற்றொன்றுக்குமான இடைவெளியில்
உயிர்வேட்கை ஒரு
வாழ்க்கையளவு வேகமுறுகிறது.

அகழெலிபோல் தரைக்குள்
விரைந்து மறையும் நீ
ஒரு விதையாக மாறுகிறாய்.
வேர்களால் துளைத்துச் செல்கையில்
தரை
பக்கவாட்டுச் சுவர்களாகிறது –
பாதுகாப்பின் வெதுவெதுப்போடு.
தொடர்ந்து துளைத்துத்
துளைத்து பூமி உருண்டையின்
மறுபக்கம் வெளியேறி
விடலாம் நீ.

எதிர்மையும் நிலமும் அற்ற
வெளியில்
சுவர்களற்ற கட்டடத்தின்
மூடிய கதவுகள்
ஒவ்வொன்றாய்த் திறக்கவும்
கூடும் உனக்காக.

## பார்வை

கருப்பையில் உதிக்கிறது
துளி பெருகும்
சமுத்திரம். நஞ்சுக்
கொடியில் கிளைக்கிறது
சுவாசம் உணவு
வலி ரகசியம்
கிளுகிளுப்பு
பயம் மற்றும்
பரவசம்.
சதை பூசிய உயிர்
வெளியேற
எஞ்சுகிறது
மில்லியன் உயிர்கள்
தரிக்கவும் வளரவும்
வெளியேறவும் ஆன
வெற்றிடம்.

கைக் குழந்தையுடன் நேற்று
அவளைக் காணச் சென்றபோது
தன் கருப்பையின்
கொள்ளளவைக்
கண்களால் வியந்தவளிடம்
சொன்னேன்

அம்மா,
கருப்பையிலிருந்து
கருப்பைக்கு நகரும்
வித்தையில்
கண்டேன் சில
இடைவெளிகளை.
இடைவெளியின் கருந்துளைகளில்
மீன் பறக்கிறது.
மின்மினிகள் சிங்கத்தைக்
குதறவும்
கொசு துதிக்கையை அசைக்கவும்
மலரின் மதுவை
யானை உறிஞ்சவும் கண்டேன்.
வரிக் குதிரையின் உடற்கோடுகளை
உரித்துக் கொண்டிருந்தவன்
முகத்தில்
அச்சு அசல் உன் சாயல்.

## பக்கம்

கிண்ணமோ குவளையோ
நதியோ சமுத்திரமோ
கொள்ளும் கலத்தின்
வடிவம் கொள்ளும்
தண்ணீரின் குழந்தைமையில்
மூழ்குகிறேன்.
பூவில் மணமாக
கனியில் ருசியாக
விரிந்து நீளும்
நீரின் சாலைகளில்
மழலையாய் நடக்கிறேன்.
படகுகளும் சிறுத்தைகளும்
தோற்று விலகும் சுழல்களை
சாகசமாய்க் கடக்கும் மீன்
தூண்டில் முள்ளின் செத்த
புழுவுக்கு ஏமாந்து
மரிப்பதை வியக்கிறேன்.
தற்கணச் சிமிழின்
தசபின்ன இழையொன்றில் படர்கிறது
உயிர்த்துளியின் ஈரம்.
தாகம் தணிந்த முதலை
கரையேறுகிறது
அகழியின் மறுபக்கம்.

●

நடக்க நடக்கத் திறக்கிறது
பாதை. அங்கங்கே
சிந்திக் கிடக்கும் அளவில்
சிறியதும் பெரியதுமான சொற்கள்
பாதத் தோலில் கீறிவிடாமல்
பதவாகமாக நடக்கிறேன்.
கல்லுக்குக் கல் என்று
யாரோ சூட்டிய பெயரால்
குறிப்பிடுவதற்கு
சிலசமயங்களில் வசதியாக
பலசமயங்களில் கூச்சமாக
இருக்கிறது.
நடக்க நடக்கத்தான் திறக்கிறது
பாதை.
ஆனால்,
எனக்கு முன்னால் பல்லாயிரம் காதம்
எனக்கு அப்பால் முடிவற்று
பாதை நீள்வதாகச் சொல்கிறார்கள்.
அது வெறும் அனுமானம்தான்.
வெறும்
அனுமானம்.

அந்தச் சதுக்கத்தில்
குதிரைக் கால்களில் கட்டிய
கயிறுகள் உன் அங்கங்களைப்
பிய்த் தெறிந்தபோது உன்னால்
என்ன செய்ய முடிந்தது?

பனிக் காடுகளிலும்
பாலை வெளிகளிலும்
சதுப்புத் தரைகளிலும்
உடல்நோக உழைக்கப் பணிக்கப்
பட்டபோது உன்னால்
என்ன செய்ய முடிந்தது?

வெட்டுக் கத்தியின் அடியில்
தூக்குக் கயிற்றின் சுருக்கில்
கோப்பையில் வழங்கப்பட்ட நஞ்சின்
ருசியின் முன்
உன்னால்
என்ன செய்ய முடிந்தது?

மனைவியோ மகளோ
தகப்பனோ காதலியோ மரணத்தின்
உணவாகிச் செரித்தபோது
கடலலைகள் ஓய்ந்த தண்ணீர்ச்
சமதரையில் மின்னல் வெட்டியபோது
தனிமைச் சிறையின் சுவர்களுக்குள்
ஆன்மா இறுக்கப் பட்டபோது

இன்னும்
காட்டிக் கொடுத்த தோழனின்
புன்னகையைப் பார்க்கும்போது
இன்னும் இன்னும்
நூறு நூறு வருடங்கள்
ஒரு கணமென
விரைந்து விலகும்போது

கூண்டுக் கதவு திறந்தவுடன் பாயும்
பசித்த சிறுத்தையின் முன்னிலையில்

யார்தான்
என்னதான்
செய்திருக்க முடியும்?

இதோ,
தலை இருந்த இடத்தில்
துளை யிருக்க
தண்டவாளத்தருகில்
கிடக்கும் உடலைப் பார்த்தபடி
ஏதும் செய்ய இயலாதவர்களைச்
சுமந்து போய்ப்
போய் வருகின்றன
மின்சார ரயில்கள்.

## இலைப் பேச்சு

மர உயரம் நீங்கிக்
காற்றில் மிதந்து வரும்
பழுத்த இலையை
நிறுத்திக் கேள்: சில
செய்திகள் உண்டு
அதனிடம்
நீ மனம் கொள்ள.

பிறப்பின் மர்மம் பற்றி
மாற்றமுறும் நிறங்கள் பற்றி
மேனியின் ரகசியத் தடங்களில்
ஊறும் நீர் பற்றி
பகலிரவாய்க் கிளைகளில் நடனமிட்டும்
வேரிடம் கொண்ட பற்று பற்றி
உஷ்ணத்தின் உப்புருசி பற்றி
தன் இனத்தின் பிற இலைகளுடன்
மௌனத் தொடர்பின் மொழி பற்றி
கூட்டுவாழ்வின் மகத்துவம் பற்றி
விடுபட்டு நகர்தலின் மகிமை பற்றி
சருமத்தின் சுருக்கங்களாய்
அறிகுறி காட்டும் மரணம் பற்றி

நீ இன்னும் கூர்ந்து
கேட்டால்
உணவு சமைத்துச்
சமைத்தே நரை கொள்ளும்
ஒரு பெண்ணின் வாழ்வு பற்றியும்
சொல்லக்
கூடும்.

●

எம். யுவன்

கிழக்கே தலைவைத்துப் படுக்கிறான்.

நனவின் கடைக்கோடியில்
உறக்கம் பற்றிய கனவு மலர்கிறது.

தலையணை அல்ல
போர்வையும் விரிப்பும் அல்ல
புல்தரையே உறங்கத் தக்கதென
பிரமை கொள்கிறான்.

தொழிற்சாலைப் புகையற்ற
காங்க்ரீட் மரங்களற்ற
கிழக்கத்திய அடிவானம்
ஆதரவாய்ச் சிரிக்கிறது.

கிழக்கின் பாழ்வெளி சுரந்து
மிதந்து வரும்
மணமற்ற நிறமற்ற குணமற்ற காற்று
தாயின் பரிவுடன் வருடுகிறது
சிந்தையை.

கிழக்கு என்பது திசையல்ல
வாழ்நிலை என்று சமாதானம்
கொள்கிறான்.

இருளின் மௌனப் பரப்பில்
சிறுவளையங்கள் எழக்
கிரீச்சிடும் ஆந்தை அறியாது
இதுவொன்றும். அறிந்ததுபோல்
உளறாது.
அனுபவத்தை முலைப்பாலாய்க்
கொள்கிறது. தன்

பார்வை அடியொற்றி
இருளைப் பகலாய் மொழிபெயர்த்து
அறிகிறது
நாளும்.

என் தாயின் யோனிப் புழையும்
மரணத்தின் குகைவாசலும்
உதடு பொருந்த
ஒன்றையொன்று முத்தமிட்ட
தருணத்தில்
என் ஞாபகங்கள் சுருண்டு கிடந்தன
    ரோமானியச் சிற்பத்தின்
    தலைமுடி போல அல்லது
    குச்சி தீண்டின மரவட்டை போல
அல்லது,
    அல்லது,
ஞாபகங்களற்று இருந்தேனோ?

வெளிச்சமும் இருளும் துவங்குவதற்கு
முந்தின கணத்தில்
தொடங்கிய என் நடை

    ஒரு முனையிருப்பதால்
    மறுமுனை இருக்கத்தானே
    வேண்டும் என்ற நிச்சயத்தில்

    குகையின் மறுமுனையில்
    திறப்பது இந்த உலகமேதானா
    வேறொன்றா என்னும் குழப்பத்தில்

விருப்பம் கேட்காது தொடர்கிறது.

நடைப்பயணத்தின் நடுவில்
ஓய்வென
அசௌகரியமாய் அமரக் கிடைத்த
முக்காலியைச் சுற்றிச்
சுற்றி ஓடிக் கொண்டிருக்கிறது
சூரியன்.

வெளிச்சம் தன் இமையை
ஒருமுறை மூடித் திறக்கும்போது
தன் வரியொன்றை அழித்தெழுதுகிறது
வரலாறு. எழுதுகோலோ உடைவாளோ
ஆழ்கடல் நீரோட்டமோ
வாய்பிளக்கும் எரிமலையோ கொண்டு
திருத்தப்பட்ட அதன்
மாறிய வரிகளில்

உலகின் தலைசிறந்த குத்துச் சண்டை
வீரனின் பெயர் மாறிவிடுகிறது.
பூகம்பத்தில் அதிகபட்சம் உயிர்ப்பலி
கொடுத்த ஊரின் பெயர் வேறாகிறது.
மகாநதிகளின் போக்கு சிறுகச்
சிறுக திசைமாறுகிறது.
உலகின் ஆதி எலும்புக் கூட்டுக்கு
முந்தின எலும்புக் கூடு மேற்தரைக்கு
வந்து சேர்கிறது.
எங்கோ கண்காணாத் தொலைவில்
மிதக்கும் கோளின் ஒளிரேகை
பூமிக்கு வந்து சேர்ந்தே விடுகிறது.
லட்சம் புத்தகங்கள் கொண்ட நூலகம்
குவிந்து கிடக்கும் சாம்பலாகிவிடுகிறது.

இதுபோக,
உலகக் கவிதைப் பரப்பின்
உச்சபட்சமான வரிகள் எழுதப்பட்டு விடுகின்றன.
அவை உன் ஆழ்மனதில் உருவாக்கி
உயர்த்திய பெருமூச்சு
காற்றில் கலக்கிறது.

பிறகு
அது உன்னுடைய பெருமூச்சாக
இல்லாமல் போகிறது.

●

தீராப் பகல்

## எச்சம்

என்ன செய்வது
இனி

    மரம் விறகாகி
    விறகு கரியாகி
    கரி சாம்பலாவதை

    முட்டை குஞ்சாகி
    குஞ்சு கோழியாகி
    கோழி உணவாகிச்
    செரிப்பதை

பார்த்துக் கொண்டு
மட்டும்தான்
இருக்கலாம். ஆனால்

    முட்டையிலிருந்து வருபவை
    இரைப்பையை
    சாம்பலிலிருந்து எழுபவை
    இதிகாசங்களை
    நோக்கிப் பயணம்
    செய்கின்றன.

சில ஆயிரம் வருடங்கள்
பல ஆயிரம் மைல்கள்
கடந்து இன்று
சரணாலயத்தில்
தன் கூடு சேர்ந்த பறவை
முதல் வேலையாய்
எச்சமிடுகிறது தண்ணென என்
உச்சந்தலையில்.

●

என்னுடைய புத்தகத்தில்
பக்கங்கள் உண்டு.
பக்க எண்கள் கிடையா.
வெளிச்சமும் இருட்டும்
மாறிப் புரளும் பக்கங்கள்
ஒன்றில்
மின்கம்பி தீண்டித்
துடித்து வீழும் காகம்.
வேறொன்றில் சீறும்
குட்டி போட்ட பூனை.
நான் வாசிக்காத
மறுபக்கத்தில்
குடுகுடுப்பைக்காரன்
உடைக்கும் சிதறுகாயில்
உருண்டோடும் பொன்னிறக்
காசுகளில் எதைப் பொறுக்க?

●

உலகின் தலைசிறந்த கவிஞர்கள் பலர்
திருடிவிட்டனர் என் கவிதை வரிகளை.
அவற்றை நான் தரிக்கும் முன்பே சிலர்.
நான் பிறக்கும் முன்பே சிலர்.

கூச்சமின்றி அவர்கள் மொழியேற்றிய
வலுத்த சொற்களில்
என் ஆழ்மன பிம்பங்கள்
வற்றாத சுகந்தமென
அல்லது
தாளாத துர்நாற்றமெனப் பரவுவதைப்
பார்வையாளனெனத் துய்க்க நேர்ந்தது
எனக்கு. சுற்றிலும் ஓசையிடும் பறவைகள்
நிம்மதியின்றி அலைபுரளும் சமுத்திரம்
காலாற நடந்து செல்லும் நதி
மற்றும் பேதமின்றிப் பரவும் வெய்யில்
செடியின் காதல் உணர்வாய் விரிந்த
பூக்கள் மற்றும்
மகரந்தத் துகளென
ரகசியமாய்ப் பயணிக்கும் நிகழ்கணம்
யாவற்றையும்
அவர்களது சாய்ந்த சொற்களில் செதுக்கினர்.

சொல்வதற்கு எதுவுமற்றுப் போனதை எண்ணி
மூச்சுத் திணறி அமர்ந்திருந்தேன்.

மணற்பரப்பின் துகளொன்று
வாஞ்சையுடன் ஒட்டியது என் உள்ளங்
கையில். வெளிச்சமாய், தனிமையாய்,
பளபளப்பாய், அந்தியாய், வழித்துணையாய்
ஒட்டிய மணற்துகள் சொல்லிவந்தது
தன் கதையை.

மாபெரும் கவிஞர்கள் கதைஞர்கள் மற்றும்
சைத்ரீகர்களின் பார்வைக்குத் தப்பி
எனக்காகக் காத்திருந்ததாய்ப்
பெருமூச்சுடன் சொன்னது.

கடற்கரையின் துகள்கள் அனைத்துக்கும்
பொதுவான சரித்திரத்தில்
தன்னுடைய சரித்திரத்தின் தனித்தன்மை
உரைத்தது.

கதைகேட்ட மயக்கத்தில் ஒரு
கணம் மறந்தே போனது;
என் கையில் மணல் ஒட்டியதா
மணலின் உடலில் என் கை
ஒட்டியதா?

## பிற்பகல் தூக்கம்

உறக்கத்தின் மின் அலைகள்
என் அங்கங்களைப்
போர்த்தி மூடும்போது
அறையின் சுவர்கள் பிரித்
தெடுக்கப்படுகின்றன.
ஜன்னல் கட்டையில்
சிட் சிட் டென வாலடித்த அணில்
வெளிறிக்கிடக்கும் விண்மீனின்
அருகில் சென்று அமர்கிறது.
கட்டிலோடு சேர்த்து
உருவப்படுகிறது அறையின் தரை.
உருவுதற்கு உடைவாளும்
காட்டுதற்கு மறு கன்னமும்
அவசியப்படாத இருள்வெளியின்
யாத்ரீகனாகிறேன்.
முழங்கால்ச்சிப்பியின் பத்திரம்
வலியுறுத்தின கட்டில் முனைக்கும்
அந்தகார வெளிக்குமாக
இழுத்துக் கட்டப்பட்ட
சருமத்தின்மேல் இடையறாது
பட்டுப்பட்டு விலகுகிறது மின்
விசிறிக் காற்று.

# அறிதல்

இடமற்று
        அல்லது
இடம் வெறுத்து
தத்தித் திரிந்த வெட்டுக்கிளி
இடம் என்று உன்
சாயங்காலத்தில் வந்து
அமர்கிறது.
பதிலுறாத தன்
கேள்விகளைத் திருப்புகிறது
உன்னை நோக்கி.
கிளைகளில் வசிக்க நேர்ந்தும்
மரம் பற்றி விசனப்பட்டதுண்டா?
உருளும் இரும்புச்
சக்கரத்துக்கும் தண்டவாளத்துக்கும்
இடையில்
நசுங்காமல் காத்திருக்கும்
மரணத்தைப் பார்த்ததுண்டா?
காற்றறியாத் திசையில்
நகரும் தூசு என
உணர்ந்ததுண்டா?
ஒரு விநாடியில் தொடங்கி
மறு விநாடியில் முடியும்
ஆயிரம் வருடங்களில்
மண் பற்றி
புல் அறிந்த ரகசியம்
ஒன்றேனும்
அறிவாயா நீ?

## நான், நீ, மற்றும் நாம்

நான் நான் என்று
ஓங்கி ஒலிக்கிறது
உன் மொழி. நானோ
பேச இயலாப் பிறவி.

கவை வடிவாய்ப் பறக்கும்
பறவை வரிசையில்
வலதுபாகைக் கோடியில் நீயும்
மறுபாகைக் கோடியில் நானும்

பறக்கும்போது
உயிர்த் தாதுவின் மின்
காந்த அலைகளால் பேசிக்
கொள்கிறோம்

காற்றில் சிந்தாத வார்த்தைகளால்

நம்
மிருவருக்கும் இடையில் ஓடும்
காற்று
நதியின் விசை கொள்கிறது.

என் கரையில்
கோடை தொடங்கி விட்டது.

பச்சை இலைகளில்
மஞ்சள் கோர்க்கிறது.
வேரைச் சுற்றிலும் பிளந்து
கிடக்கிறது பூமி. மலர்கள்
நிறத்தை மணத்தை இழக்கின்றன.

சதுப்புநிலம் கட்டாந்
தரையாகிறது
அடர்மரங்கள் வேரூன்றிய
சுள்ளிகளாகின்றன.
தடையேதுமின்றிக் கொள்ளிகளைக்
கொட்டித் தீர்க்கிறது சூரியன்.

ஒருவேளை
இந்தத் தனிமைவெளி
என்னுடைய சிருஷ்டியோ?

இக்கரைப் பார்வைக்கு
உன் கரையில் பசுமை
குதூகலிக்கிறது. நீ அங்கு
இருப்பது காரணம் என்று
கொள்கிறேன்.

## வேறு

அன்றொருநாள் நீ
முகஞ் சுளித்தாய்.
விரோதத்தின் கருமை பூண்டன
மாநகரின் தார்ச் சாலைகள்.

தொலைவிலுள்ள
ஆலய மணிகளிலிருந்து
தெறித்துப் பரவியது
கரு நிற நாதம்.

கறுப்பு தவிர விற்பனைக்
கொன்றுமில்லையென
அறிவித்தன கருமை போர்த்திய
கடைகளின்
கருநிற விளம்பரப் பலகைகளில்
ஒளிர்ந்த
கறுப்பெழுத்துக்கள்.

கறுப்புத் தின்று கறுப்பில் உறங்கி
கறுப்பைப் புணர்ந்து
வசித்தனர் சக மனிதர்கள்.

நல்லவேளை,
ஆறுதலாய் வந்து சேர்ந்தது
அன்றைய இரவு
ஒரு வெண்புறாவைப் போல்.

கனவின் வெண்ணிறவெளியில்
உன் குரலில்
விவிலியம் எதிராலித்தது.

அழுகும் ஆரஞ்சுப்
பழத்துக்குள்
அழுகாமல் உயிர்த்திருந்தது
ஆரஞ்சுத் தோட்டம்.

### சற்று வேறு

பின்னொரு நாள்
முகமலர்ந்தாய்.

அன்று தண்டவாளத்தில்
தடதடத்துப் போகும் ரயில்
இசைக்கருவியாய் மாறியது.

அடையாளமில்லாத் தொலைவில்
கண்சிமிட்டிய விண்மீன் ஒன்று
என்னைப் பெயர் சொல்லி
அழைத்தது.

காற்று சுமந்து வந்த
மணம் உன்னுடையதோ
என்று சந்தேகித்தேன்.

உணர்வின் ரதமேறிப்
பின்னோக்கி நகர்ந்தேன்.

வெகு தொலைவில்
வேரூன்றியிருந்த ஒரு நாளில்
உன் ஞாபகம்
கல்வெட்டாய் இருக்கிறது.

ராசிக் கட்டத்தின் கோள்களுக்கு
அப்பால் பூத்த
மலர் போலிருந்தாய் நீ.

குரோதத்தை விடவும்
தாங்கவியலாததாய் இருக்கிறது
அன்பின் மகத்துவம்.

உள்ளங்கையில் தீக் கங்கைச்
சுமந்து
அலைய வேண்டியதாகிறது.

## மிக வேறு

உன் கோபம் கண்டு
நான் மகிழ்ந்ததும்
உன் மகிழ்ச்சி கண்டு
சினந்ததும் ஞாபகமிருக்கிறதா?

என் ஜன்னல் வழி
தெரியும் ஆகாயம்
பிரசவித்த பெண்ணின்
முகம் போல வெளிறிக்
கிடக்கிறது.

கம்பிகளின் வழி மூக்கை
நீட்டி ஓரிரு சொற்கள்
வழங்கி நின்ற சிறுமரம்
தனிமை அரித்துச்
சாகலாயிற்று.
தனிமை தின்று வாழும்
அபூர்வப் பிறவியாகிறேன் நான்.

இங்கிருந்து பார்க்கும்போது
கடந்து வந்த நாட்கள்
தம் தொலைவிழந்து
சமதரையின் பருக்கைக் கற்களாய்
சிதறிக் கிடக்கின்றன.

வெற்றிகளின் மேனியில்
அவமானத்தின் தோல் போர்த்தியிருக்கிறது.

தோல்விகளின் பெருமிதம்
தேனாய் இனிக்கிறது.

ஆண்டாண்டு காலமாய்
நீரில் கிடந்தும்
நீரின் குணமெதுவும்
கொள்ளாது
தியானத்தில் கிடக்கிறது
கூழாங்கல்
உன் போல.

## இது வேறு

தோன்றுவதற்கு முன்பே
மடிந்த பேரரசின்
கடைசி மன்னனாய்ப்
பிறந்தேன்.

யோனிக் குழாயின்
மறுமுனை வெளிச்சத்தில்
தலைகீழாய்ப் பாய்ந்து

தரை தொட்டபோது

துயரத்தின் பாடல்வரிகளை
இசைக்கும் தேசாந்திரியானேன்.
அரவமின்றிப் பரவும் இருளெனத்
தம் இருப்பை அறிவித்தன
அப் பாடல்கள்.

பிறழ்ந்த மனங்களின்
மதநூலாகின.

பனிமுகடுகளில் இளஞ்சூடாக
பாலையின் கோடையில்
குளிர்த் துளியாகத்
தம் நியாயத்தைப் பேசின.

பாடலைக் கேட்டு
ஓரிரு சொட்டுக்கள் நீர்
உகுத்து பின்
தினசரியின் மிதப்பில்
நகர்ந்து நகர்ந்து போய்க்
கொண்டிருந்தாய் நீ.

## அஃது

பண்டு தொடங்கிப்
பார் முடியும் நாள்வரை
நின்றுலவும் நின் திருமுகத்தில்
சூரியச் சந்திரராய்ப் பொலியும்
இரு விழிகள்

சீலமும் கீழ்மையும்.

திண்ணிய உன் நெஞ்சில்
திமிரேறி இருப்பதுவும்
நண்ணிய என் நெஞ்சில்
நஞ்சூறிக் கிடப்பதுவும்
நாமன்றி யாரறிவார்
இந் நானிலத்தில்.

தனிமையைத் தகர்ப்பது
சொல் என்று சொல்முரசே!

தனிமையை வனைவது
சொல் என்று சொல்முரசே!

தனிமையைச் செரிப்பது சொல்
என்று சொல்முரசே!

தனிமையில் தகிப்பது சொல்
என்று சொல்முரசே!

## இதுவும் வேறு

நான் அடிமை
நீ அடிமை
அது அடிமை
அதன் அடிமை
எது அடிமை
எதுவும் அடிமை

அடிமைகள் கட்டும்
சாம்ராஜ்யத்தின் தலைமைப்
பொறுப்பில்
இன்னொரு அடிமை

நிழலின் அடிமை
நிஜத்தின் அடிமை
அன்பின் அடிமை
வன்மத்தின் அடிமை

கடந்ததின் அடிமை
நடப்பதின் அடிமை
வருவதின் அடிமை

நாட்காட்டும் தாள்
கடிகாரமுள்ளின் அடிமை
ஆண்டுக் குறிப்பேடு
தினத்தாளின் அடிமை

கடிகாரமுள்ளோ
யந்திர முடுக்கின் அடிமை

வந்து வந்து
சென்று சென்று
இருந்து இருந்து
மாறாதிருக்கும்

இப்
போது அடிமை
இப்போதின் அடிமை

கூச்சமின்றி அடிமைகொள்ளும்
கூட்டத்தின் அடிமை நீ

கூசாமல் தலைதாழும்
அடிமைகளின்
தலைமை அடிமை நான்

## இதுவும் அஃதே

ஒரு ரொட்டிக்காகக் கொலை செய்யலாம்.

ஒரு துண்டு நிலத்துக்காகத்
தகப்பனைச் சிறையில் போடலாம்

நதியின் போக்கைத் தேக்கவும்
திசைமாற்றவும் செய்யலாம்

கடவுளின் பெயரால் பொய் சொல்லலாம்

நெருப்புக்குள் நுழைந்து
காயமின்றி வெளியேறலாம்

உறக்கத்தின் சுதந்திரத்தில்
யாரையும் சம்போகிக்கலாம்

தேர்ந்தெடுத்த சொற்களால்
இதயத்தைக் கீறலாம்

ஒரு சௌகரியம் கருதி
உறவை முறிக்கலாம்

கனிந்தபின்
சுளையும் தோலும் போல
விலகிச் செல்லலாம்

சான்றுகள் உண்டு யாவற்றுக்கும்.

**வேறு**

சொற்களை உண்டு வாழப்
பணித்தது யார்?

நதியின் இரு கரைகள்
இரு கண்டங்கள் ஆனது
எங்ஙனம்?

சும்மா கிடக்கும் தரையை
பூகம்பமாய் அதிரச் செய்தது யார்?

என் நரம்புகளில் தோன்றித்
தோன்றி மறையும் மின்விசை
எது?

ஒன்றுபட்டுக் கிடந்த பிரபஞ்சம்
சரிபாதியாய்ப் பிளந்தது
எப்போது?

பிளவின் ஒரு பகுதியில்
நீயும் மறு
பாதியில் நானும் நிரந்தரமாய்
இருக்க வைத்த நியதி எது?

**வேறு : அஃது**

வேறு வேறு போலத் தோன்றும்
ஒரே இடம் நோக்கி
எதிரெதிராய்ச் செல்லும் ரயில்களில்
பயணம் மேற்கொள்கிறோம்

நீ சென்று சேருமிடம்
கவச வாகனங்கள்
தலைக்கு மார்புக்கு
இடுப்புக்கு காலுக்கு
கவசங்கள் பூண்ட உடல்கள்
நடமாடும் தேசம்

நீ பதித்துச் சென்ற
கண்ணிவெடிகளின் பிரதேசத்தில்
தனியாய்த் திரிவேன் நான்

நிராயுதனாய் அல்ல

என் கைவசம் கோணி ஊசிகள்
ஏராளம்

கவசம் மறைக்காத மென்சதையில்
சுருக் சுருக்கென்று
குத்தித் தீர்க்க

நிலத்தில்
நீரில்
ஆகாயத்தில்

இவற்றுக்கு அப்பாலும்
என்றும் தொடர்கிறது போர்.

நீ
நிரந்தர நீயும் அல்ல

நானும்
நிரந்தர நான் அல்ல

இடம் சந்தர்ப்பம் நபர்
நாள் வேளை காரணம்
யாவும்
உயர்ந்து தாழும்
சாய்பலகை விளையாட்டாய்
என்றும்
தொடரும் போர்.

## மிக மிக வேறு

மரவுரியும் தண்டும்
கமண்டலமும்
விடுத்து

ஒரு சொல் வேண்டித்
தவமிருக்கும் நவீன
ரிஷியாகிறேன்.

அன்பான சொல்லின்
சந்நிதி திறக்கக் காத்திருக்கிறேன்.

கோபச் சொற்கள்
கோப எண்ணம்
கோப நடை
கோபக் கையசைப்பு
சுளித்த புருவம்

நிற்பதுபோலும் நடக்கும்
நாள் ஒவ்வொன்றும்
பொருக்குகளைக் கீறி
நிணம் பெருக்கி நகர்கிறது.

மனம் ஒய்ந்த நாளில்
ஆகாயம் பெய்து
தீர்க்கிறது.

உன்னிப்பாய்க் கவனி.

ஈரம் இழந்த மேகத்தைத்
தரையாய்ப் பாவித்து நடப்பவன்
போகிற போக்கில்
சொல்லிப் போகிறான்:
கவலைப் படாதே,
கடல் வற்றும் நாளில்
மீன்கள்
காலால் நடந்து போகும்.

●

தூரிகையின் கடைசித் தீற்றலில்
உயிர்கொண்ட வல்லூறு
பறந்தவா றிருக்கிறது.
சட்டகத்தின் கண்ணாடித்
திரைக்குப் பின்னால்
அகண்டாகாரமாய் விரிந்து
கிடக்கிறது அதன் வானம்
விதைக்குள் இருக்கும்
வனம் போல.

தன் வலுத்த சிறகுகளால்
கண்ணாடிச் சுவரைத் தகர்த்து
வல்லூறு வெளியேறும்போது
நீர்த் துளிக்குள் ஒடுங்கிய
சூறாவளி பீறி
வெடிக்கலாம்.

அந்த நாளின் நீதி
வேறாயிருக்கும்.
பாறைகளைப் புசித்து
தாவரங்களால் அஸ்திவாரமிடும்
புதிய இனம் தோன்றி
யிருக்கலாம் ஒருவேளை.

தன் கற்பனாதீதத்தின் புறச்சுவர்
பிடித்து
நடைபழகலாம் ஒரு குழந்தை
என்போல.

●

யார் யாரோ திரித்த கயிறுகள்
அநேகம் கிடக்கின்றன
என் பரணில்.
ஓய்ந்த நேரம் பின்னி
வலையொன்று செய்தேன் –
சாவகாசப் பொழுதுகளில்
மீன் பிடிக்க உதவுமென.

நீரின் பகுதியாய்க் கிடக்கும்
வலையின் துளைகள் வழி
தடையின்றிப் போய்
வருகிறது நீர்.

வலையில் பெரும்பாலும்
மீன்கள் கிடைக்கும்.
உடைந்த படகுகளின் பாகங்கள்
காலி மதுப்புட்டி
யாரோ பயன்படுத்தி ஊறிச்
சிதைந்த ஷூ.

அலைகள் சமனமுற்ற
ஆழ்கடலில் மிதக்கும்போது
ஒரு விள்ளல்
சந்திரன் கிடைப்பதும் உண்டு.

கிட்டத்தட்ட
அன்பைப் போன்றே இருந்த
வஸ்துவொன்று அகப்பட்டது
ஒருமுறை.
ஒரேயொரு முறை.

●

# மீண்டும்

வற்றாத
ஜீவ நீர்ச் சாலையில்
வருகின்றன
போகின்றன மீன்கள்.

கண்ணீர் உருளும்
பெண்ணின் கன்னம்
அழைக்கிறது
முத்தமிட.

நாவிதன் போர்த்தும்
சலவைத் துணியில்
கமழ்கிறது
கருப்பையின் வெதுவெதுப்பு.

முகம் தெரியாத இசைக்
கலைஞனின்
குரல் வனத்தில்
மின்மினிப் பூச்சியாகிறேன்
ஓசையின் பிழம்பில் ஒளிர்ந்து.

இன்னும்
வயல்வெளிகளில்
மலைமுகடுகளில்
தார்ச்சாலைகளில்
சகிக்கவியலாது பரவுகிறது
மரணத்தின் முடைநாற்றம்.

சுருட்டுப் புகைக்கும்
கிழவனின்
நரைத்துத் தொய்ந்த
மீசை நுனியில்
சொட்டுகிறது ஒரு
வெளிறிய கனவு.

●

எம். யுவன்

## ஆசுவாசம்

மணியொலிக்கத் தொங்கும்
தண்டவாளத் துண்டருகில்
பலரும் அமர்ந்து
தேய்ந்த
முதுகற்ற பெஞ்சில்

அமர்ந்திருக்கிறாள்.
யாருக்காக?
எதற்காக?
கடைவிழியோரம்
பளபளக்கிறது துயரம்.

காத்திருக்கும் அவளுக்கும்
பார்த்திருக்கும் எனக்கும்

இடையில்
சுதந்திரமாய்ப்
போகும் வரும் காற்று
பகிர்ந்து கொள்கிறது
அடிவானம் சென்று மறையும்
தண்டவாளங்களின் நிசப்தத்தை
கைகாட்டி மரத்தின் தனிமையை
நடைமேடைக் கோடி
மாடியறையின் ஜன்னல்களை

பூவரச மரத்தின் கிளையை
மெல்ல உலுப்பிச்
சொரிகிறது எங்கள் தலையில்
ஓரிரு பழுப்பு மலர்களை.

பண்டிகை நாளின் பிற்பகலாய்
வெளிறிக் கிடக்கும் மனத்தின்
விதானத்தில்
காத்திருக்கிறது ஒரு பல்லி
 டினோசார் நாட்களின்
 பூர்விகத்தை நினைவுகூர்ந்தபடி.

நிசியின் போர்வைக்குள் உயிர்த்து
இணையின் உடலைத் தாபமுற்றுத்
தீண்டும்போது
அடக்கிவைத்த பசியின் முன்னிலையில்
தீனி முளைக்கும்போது
அம்பாய்ப் பாய்ந்து மறையும்
பாம்பைப் பார்க்கும்போது
இடவலமாய்ப் போகும் காகம்
என் தலையில் காலால் தத்திப்
பறக்கும்போது
தினசரியின் நுகத்தடி நீங்கித்
தலையணையின் பரிவில் களிக்கும்போது

ச்சூ ச்சூ ச்சூ ச்சூ வெனச்
சூள் கொட்டுகிறது என்
நாளமுற்ற /
நாளமில்லாச் சுரப்பிகள்
கேட்கும் வண்ணம்.

 சகுனம் என்று
 கொள்கிறேன் நான்.

## இந்தச் சிங்கம்

சிங்கத்தைப்
பலமுறை பார்த்திருக்கிறேன்.

படங்களில்
படக் காட்சிகளில்
வித்தைக் காட்சிகளில்
காட்சிசாலைகளில்
கனவுகளில்

பிடரிமயிரின் தோரணையுடன்
பிளந்த வாயின் கூர்பற்களுடன்
பாய்ச்சலின் பயங்கரத்துடன்
ஓய்வான வேளையில்
சாந்தத்தின் வெகுளியுடன்

என் பயத்தின்
மறுவுருவாய் எனக்குள்
மிதந்தது அது.

இந்தச் சிங்கத்தைப்
பார்க்கும்போது புரிகிறது
சிங்கத்தை இதுவரை
பார்த்ததேயில்லை நான்.

●

## இறுதி நாளில்

புறவாசலில் நின்று
திரும்பிப் பார்க்கிறேன்.

வரும் வழியில் பூத்துப்
பூத்து உதிர்ந்த மலர்களின்
வாசனையை உணர்கிறது நாசி.
விறைத்து நிற்கும் மரங்களில்
குவிகிறது கவனம்.
அவ்வப்போது ஒலித்து ஓய்ந்த
சப்தத் துணுக்குகளில் சிலவற்றை
எனதென நான் அறிந்ததும்
அந்தியின் நிறங்களைப்
பத்திரப்படுத்தவும்
மேகம் உதிர்த்த துளிகள்
தரைசேரும் முன்பே
உள்ளங்கையில் சேமிக்கத் துடித்ததும்
ஞாபகம் வருகிறது.
சிடுக்குப் பாதைகளில் கடந்த
இடங்களையும்
கடக்கத் தவறியதையும்
நினைவு கூர்கிறேன்.
காற்றின் பாதையில் சுவடுகளும்
சான்றுகளும் தேடிய பிள்ளைப்
பிராயத்தையும்.

அதோ பார்
இலைகள் அசைவதை.
குளுமையை உணர்கிறதா சருமம்?

●

## ஆற்றாமை

அதிர்வு அடங்க
நாளாகலாம்.

பெருவெடிப்பின் ஓசை
ரீங்கரிக்கிறது இன்னும்.
சிசுவின் உச்சந்தலையாய்க்
கொழகொழக்கும்
நெருப்புச் சதுப்பில்
அவசரமாய் ஆழ்ந்திறங்குகின்றன
உன் வேர்கள்.

நானோ
தொலைவெளியில்
விலகி
விலகி
விலகி நகரும் கோளின்
பயணியாகிறேன்.

ஒரு சொல்லில் வனைவுற்று
மறு சொல்லில் சிதறும்
விநோதப் பாண்டத்தில்
நிரப்பித் தருகிறேன் அன்பை

யார் அருந்தி மாந்தினாலும்
கொப்புளித்து உமிழ்ந்தாலும்
நீர்மை உலராத என்
அன்பை.

என் கலத்திலிருந்து
நான் பார்வை கொள்ளும்
ஒற்றைச் சிறு மேகம்
ஈரப்பதம் தேடித்
தனியாய்த் திரிவதைப் பார்க்கக்
கிடைக்கிறதா உனக்கு?

●

வெட்ட வெட்டத்
தழைக்கும்
ஞாபகக் கிளைகளின்
பசுந் துளிர்களில்
தயாராகிறது
எனக்கான உணவும்
நஞ்சும்.
ஓய்வற்று
கொள்ளும் கைகளின்
ஆணை யேற்று
விரோதமின்றி வெட்டித்
தள்ளும் கோடரி
பட்டைகள் மற்றும்
தண்டுடன் பேசித்
தீர்க்கும்
பூமிக் கர்ப்பத்தில் பதமான
நாட்களின்
பூர்விகப் பெருமையை.
திசையறியாத பயணத்தில்
நகரும் வேர்களின்
கட்டளைக்
கிணங்கி உபரியாய்
நிழல் ஈந்த மரத்தி
னடிமடியில்
தன் போக்கில் துளைக்கிறது
மண்புழு
உயரம் அற்று
ஆழமும் அற்று
இறுகியிருக்கும்
தரை நெகிழ்த்தி.

●

எம். யுவன்

## முன்

விளையாட்டுப் பேச்சுக்கு நேரமில்லை
இப்போது.

இலைகளை உதிர்க்கத் தொடங்கிவிட்டது
மரம்.
பனிக்கட்டி முழுவதும் நீராக இன்னும்
சில துளிகளே பாக்கி.
வில்லும் தந்தியும் உராயும்
ஒலித்துளி
செவிப்பறையில் மோதிச் சொட்டுகிறது.

சதா பொருத அழைக்கும்
போர்க்கணத்தின் நுழைவாயில்
திறந்து விட்டது.
பனித்துளியின் சுழலில் சிக்கிச்
சிதறுமுன்
ஓசையின் கம்பி அழிகளுக்குப் பின்னால்
சிறையுறுமுன்
புதுத்துளிர்களைப் பூண்டு
மரம் தன் உடலை
மறைத்துக் கொள்ளுமுன்

●

தவளையின் அழுகுரல்
ஓயாமல் கேட்டிருந்த நேற்றிரவின்
ரகசியத்தை வெளிற வைத்துப்
புலர்ந்த கனவில்

எல்லாம் தெரிந்தும்
எதுவும் பேசாத பூதம்
பேசத் தொடங்கி
சளசளசளவென்றது.

விண்மீன்கள் மற்றும் கோள்களின்
போக்குவரத்து நெரியும் சுழற்பாதைப்
பெருவெளியில் குறுக்கே வந்து
உயிரிழையில் தப்பி
எதிர்ச்சாரி சேர்ந்த பனித்துளியின்
வரலாற்றைச் சொல்லி வந்தது.
உறக்கம் கலையும்வரை.

இன்று அதிகாலை நடையில்
முதன்முதலாகச் சந்தித்தோம்
நானும் ஒரு பனித்துளியும்.

ஒரு வாழ்நாள் முழுவதும்
பேசிக்கொண்டிருந்துவிட்டு
பரஸ்பரம் காணாமல் போனோம்.

●

கைமாற்றாய் வாங்கின நாள் ஒன்றை
இன்றென
திருப்பித் தந்தார் கடவுள்.
நல்ல மனிதர், பாவம்.
கையாடவில்லை எதையும்.

சம்பவங்கள் நிரம்பின குவளையாய்க்
கைசேர்ந்த நாளில்
மேகங்கள் திரளவில்லை.

பாலையின் சாயல் பூண்ட ஊரின்
புறத்தே ஓடியது
நதி விரைந்த தடம்.

பழுத்த இலைகளாய் மரங்களில்
அசைந்தது வேதனை.

இன்னும்
உயிர் திரியும் வெளியெங்கும்
வாதையின் ஓலம்.

முலையைக் கீறிப்
பாலருந்தின ராட்சஸ விரல்கள்
ஒவ்வொரு மரமாய் முறித்து
ஒவ்வொரு வனமாய் அழித்துக்
கொண்டு போகும் சப்த ஊழி.

பருவம் கலைந்ததும்
பொழியக் காத்திருக்கும்
பேரன்பின் முன்வரவாய்
பின்கட்டு மரத்தில் கூவிக்
கூவித் திளைத்த
பார்வைக்குள் வராத பறவையின்
குரலை மட்டும் தக்க
வைத்துக்கொண்டு

மற்றதை வழங்கிவிட்டேன்
நீரே வைத்துக்
கொள்ளுமென்று.

●

# சுழற்பாதை

சேருமிடமும்
புறப்பட்ட இடமும்
ஒன்றென்று அறிவேனெனினும்

வந்த வழி மறவாதிருக்கப்
பதித்துச் செல்கிறேன் வார்த்தைகளை
அங்கங்கே

கைதவறிச் சிந்திய
சொற்களில் ஓரிரண்டைத்
தூக்கிச் செல்லும் எறும்பு

வரிசைக்குத்
தப்பிய ஒரு சொல்லுக்குச்
சிறகு முளைக்கிறது. கூட்டுப்
புழுவாயிருந்து பூச்சியாய்
மாறின ஆனந்தத்தில்

பறந்து பறந்து பறந்து
செல்கிறது

என் பயணம் முன்னே
செல்லும்
வேகத்துக் கீடாக
எதிர்ப்புறம் விரைந்து

சென்று சேர்கிறது
கிறிஸ்துவுக்கு முந்தின ஆயிரமாண்டில்

கல்க் கோடரியுடன்
சிறுத்தையைத் துரத்தும்
முதிர் பாலகனின்
உயிருள்ள கபாலத்தில்

பூச்சி இணை சேர்கிறது
இனம் பெருக்குகிறது
உள்ளும் புறமும் வளர்ந்து
பல்கிப் பெருகி

நிரம்புகிறது எங்கெங்கும்
தபால் தலைகளைத்
தேடித்தேடிச் சேர்க்கும்
சிறுவனென
      அல்லது
விரோதிகளின் தலைகளைச்
சேகரிக்கும் காட்டாட்சியாளனென

சொற்களைச் சேர்க்கிறது
இடையறாத பயணத்தில்
பாதை மறவாதிருக்கப்
பதித்துச் செல்கிறது
வார்த்தைகளை

இடைவெளியற்று நெருக்கமாய் நெய்த
வலையென ஆகாயத்தை மறைத்துத்
திரியும் பூச்சிக் கூட்டம்

போகும் வழியில்
உதிர்க்கும் சிறகுகளைப் பொறுக்கிப்
போகிறது
எறும்புச் சாரி.

●

தீராப் பகல்

## நிரம்புதல்

அப்பா சொன்ன கதையில் வந்த
சிங்கத்தை
நேற்றுக் காணக் கிடைத்தது
அவர் இறந்து வெகுகாலம் கழித்து.
ஏக்கர் கணக்கில் விரிந்த
திறந்தவெளியில் சுதந்திரமாய்ச்
சிறையிருந்தது அது.
சிங்கத்தைத் தந்திரமாய்க் கூட்டி வந்து
பாழ்கிணற்றில் தள்ளிய முயல்
பல நூறு கஜம் தாண்டி
கூண்டுக்குள் பத்திரமாய்
முள்ளங்கி புசித்தது.
சிங்கத்தின் பிடரிமுடியில் கொஞ்சமும்
முள்ளங்கித் திப்பிகளில் கொஞ்சமும்
ஒட்டியிருந்த அப்பாவைப் பார்த்தபோது
அப்பா இல்லாத உலகம்
அப்பாவால் நிரம்பியிருந்ததைக் கண்டேன்.
தானாய்ப் புரண்ட மறுகணத்தில்,
காற்று ஆறுதலாய்த் தடவி நகர்ந்தது.
அப்பா இல்லாத உலகத்தில்
நான் நிரம்பியிருக்கக் கண்டேன்.

●

எம். யுவன்

நான் தோன்று முன்பே புறப்பட்டு
என்னோடு நகர்ந்து
எனக்கு அப்பால் செல்லும் நதி
தன் ஞாபகங்களுக்குள் விரைகிறது.
கரையில் தாறுமாறாய்க் குவிந்து கிடக்கிறது
இன்றின்மேல் இன்று படிந்து
மேலும் மேலும் மென்மேலும் படிந்து
உருவான குப்பைக் குவியல்.
கை சோர்ந்த பின்னும்
ஏதும் கிடைக்கப் பெறாத யாசகனெனத்
துழாவும்போது அபூர்வமாய்க் கிடைத்தது
ஒரு கண்ணாடித் துண்டு.
உருவம் சிதைந்தும் இயல்பு சிதையாத
கண்ணாடித் துண்டு எதிரொளிக்கிறது
    சிலநேரம் உன்னை
      எப்போதும் என்னை
        தவறாமல் ஆகாயத்தை
சாய்கோணமொன்றில்
      தன்போக்கில் நகரும் நதியை.

●

தீராப் பகல்

முடிவதற்கு முன்பே
சொல்லி
முடிக்கப்பட்ட கதையைத்
தொடர்ந்து சொல்ல முடிவெடுத்தேன்.

மனம் பிறழச் சிரிக்கும் யாளி
அல்லது தோல்வியின் நரகத்தில்
உழலும் சிற்பி
அல்லது முன்னிரவுக் கலவியைக்
கலைக்க
வந்து கதவைத் தட்டும் மாற்றான்
போன்றோரைக் கவனமாய்
விலக்கிவிடத் தீர்மானித்தேன்.

இன்னும்
சைபீரியப் பனியின் வெண்மை
அடர்ந்த இரவுகளையும்
இனத்தை விட்டுப் பெருமிதமாய்
விலகித் திரியும் கடற்குருவியையும் கூட
ஒதுக்கி விட்டால் நல்லது.

துயருறும் நபர்களை
வேதனையுறைந்த தருணங்களை
உலுக்கி உதிர்த்ததும்
இலைகளைக் கிளைகளைக்
களைந்த மரத்தின் உடற்தண்டென

நின்றிருக்கும் அந்தக் கதையின்
வேர்களுக்கு ஒரு
புதிய திசையை
அறிமுகம் செய்யத் திட்டமிட்டேன்.

பிரான்ஸிலிருந்து வந்த அந்நியனையும்
முதிர்கன்னியை ஒருதலையாய்க்
காதலித்த இசைஞனையும்
சர்வதேச விமான நிலையத்தில்
சந்திக்கச் செய்ய உத்தேசித்தேன்.

மரங்கள் குறைந்த மாநகரின்
கோட்டுவடிவத்தை
ஒரு பார்வையில் கவனம் கொள்ளும்
மைனாக்கள் வரிசையாய் அமர்ந்த
ஓடுபாதையின் அருகில்
அவர்கள் சந்திக்கட்டுமே
என்பதாலும்

அப்போது விமானங்கள் எதுவும்
இல்லாதிருப்பின் உத்தமம்
என்பதாலும்

காத்திருக்கிறேன்.

சீறும் நதியின் பிரவாகம்
சிறுகோடாய் நெளியும் இவ்
வரைபடம்
பின்னொரு நாளில் பயனற்றுப்
போகலாம் உனக்கு.

அதுவரை,
செய்வதற்கு அநேகம் உண்டு.

செக்கு மாட்டின் உற்பத்தித்
திறன் பற்றி வியந்தோதலாம்.
நீர் தேங்க என்றன்றி,
உடமையை உறுதிசெய்ய
வரப்புகளை உயர்த்தலாம்.
பறக்கும் கொடிகளைப் பறித்
தெறிந்து பறக்கவிடலாம்
உன் கொடியை.
மாற்றான் கனவின் புறவாசல்
வழி நுழைந்து களவாடலாம்.

ஒரு புள்ளிக்கும் மற்றதுக்கும்
இடையிலான குறைந்தபட்சத்
தொலைவாக இருந்த உன்னை
        நீ வடித்த வரைபடம்
வேண்டாத புள்ளி என்று
வெளியேற்று முன்

சற்றுக் கடினம்தான் என்றாலும்
இன்னொன்றும் செய்யலாம்.

ஒரு பொழுதேனும்
சும்மா
        யிருந்து பார்க்கலாம்.

•

இந்த மைதானத்துக்கு

வாசல் கிடையாது –
சுற்றுச் சுவர் இல்லை என்பதால்.

எந்தப் பூவின் மணத்துக்கும்
விளிம்பில்லை. உண்டென்றால்,
நுகரும் நாசியன்றி
வேறென்ன?

என்னை உனக்குத் தெரிகிறது –
நான் பிறந்திருக்கிறபடியால்.

யாருமற்று நிகழ்ந்து கொண்டிருக்கும்
கதையின் சந்தர்ப்பங்களில்
யாராவது வந்து
போய்க் கொண்டுதான் இருக்கிறார்கள்.
எனவே,

உன்னையும் எனக்குத் தெரியும்
உன் பெற்றோர் பிறக்கு முன்பே
நீ இருந்ததை அறிவேன் என்பதால்.

கதை
தன்னை வனையும் பாத்திரங்களைத்
தனக்குள்ளே வைத்திருக்கிறது.
தன் சுழல் அச்சைத்
தன்னுள் கொண்ட பூமியைப் போல.

மழைத்தாரைகள் அத்துவானத்திலிருந்து
அத்துவானம் நோக்கிப்
பொழிந்தபடியிருக்கின்றன.

காற்று நிரம்பியிருக்கிறது,
மைதானத்தின் பரப்பிலும்
மகரந்தக் காம்புகளிலும்
சுவாசத்தின் ஏற்றத் தாழ்விலும், ஏன்,
உன் கனவின் வெளியிலும் கூட.

●

தீராப் பகல்

இருளின் சுழற் படிக்கட்டில்
கிறங்கிக் கிறங்கி
இறங்குகிறேன்.
ஆழத்தில்
சலனமற்றுக் கிடக்கும்
பரப்பின் விளிம்பு தொட்டதும்
காணாமல் போகிறேன், அலையென.

பழைய
முலைகளும் வலைகளும்
கலைகளும் தலைகளும்
அழிந்து
புதியவை ஊறும்
வெற்றிடத்தில் சரளமாய்த் திரிகிறேன்.

மெல்லத் திறக்கிறது
அரைகுறையாய் மூடிய கனவின்
மறுபாதி. மிதக்கும்
சமவெளியின் தரையாய்க்
குழைகிறது
ஞாபகத்தின் சதுப்பு நிலம்.

சிரமறுக்கப்பட்ட கேள்விகள்
நாணற்புதரென மண்டிக்
கிடக்கும் சகதிக் காட்டை விலக்கி
நடக்கிறேன்.

மனித வாசனை படியவெனக்
காத்திருக்கும் வனத்தில்
நுழைந்ததும் என்
பார்வையின் வெளிச்சமாய்த்
துலங்குகின்றன யாவும்.

ஒட்டகச் சிவிங்கியின் கழுத்தில்
ஒட்டிய மின்மினியாய்க்
கண்சிமிட்டும் தாரகைகள்.
ஊதுபத்திப் புகையெனத்
திரண்டும் கலைந்தும் நடமாடும்
மேகங்கள். உறக்கும் கலைக்கும்
விடிவிளக்கென நிலவு.

நனவின் தொலைவிழந்த
சதுப்பின் தரையில்
பாதம் பதித்து நடக்கக் கூசுகிறது.

இறக்கை முளைத்தால்
தப்பிக்கலாம்தான், ஆனால்
கைகளை என்ன செய்ய என்று
கவலை மீற, உள்ளொடுங்கித்
தவம் தொடங்கினேன்
வாத்துக்கால் வரம் வேண்டி.

●

## அந்தப் புகைப்படம்

யாருக்குத் தெரியும்,
புத்தம் புதுக் குடைபோல
விரிந்திருக்கலாம் ஆகாயம்.
திசைகளற்ற வெளிச்சத்தில்
என் கண்கள் கூசியிருக்கலாம்.
துயரத்தின் முதல் சொட்டு
விழுந்திருக்கலாம் எனக்குள்.

திரவத்தைச் சுவாசமாய்
சாப்பாடாய்க் கொண்டு
பத்திரமாய் மிதந்தது போய்
தரையிறங்க நேர்ந்தது பற்றி
நொந்திருக்கலாம்.
கடலலையும் காற்றும் மர இலையும்
பேச்சொலி விடுக்கும் வெளியில்
புதிதாய்ச் சேர்ந்திருக்கலாம் என் குரல்.

ஒருவேளை,
இன்றளவும் யாரும் அறியாத
வேறெதுவும் கூட நடந்திருக்கலாம்.

யூகங்கள்தாம்.
நினைவிலில்லாது
நினைவிலிருக்கும் அந்தத்
தருணத்தில்
என்ன நடந்ததெனத்
தெரியாது எனக்கு.
உறுதியாய்த் தெரிவது

ஒன்றுதான்.
எனது பிரத்தியேகக்
குறுங் கணம் கிடப்பது
தொலைவில்.
வெகு தொலைவில்.

புகைப்பட எரிமலையின்
நெருப்புக் குழம்பில்
பொசுங்கும்படியாகப்
புகைப்படத்துக்குள் நான்
நுழைந்த தருணம் அது.

●

# ஆன விதம்

தனிப்பட்ட விரோதம் எதுவும்
கிடையாது ஒரு
புலிக்கும் எனக்கும். ஆனாலும்
நாங்கள் ஒருபோதும் நேருக்குநேர்
சந்தித்ததில்லை. கம்பி அழிகளுக்கு
முன்னும் பின்னுமாய் நிகழ்ந்த
தற்செயல் பரிச்சயங்களில், ஒருவருக்கொருவர்
இயற்கையான உணவில்லை
என்பது ஞாபகமிருந்ததில்லை.

தாவரம் எதையும் போல
ஆகாயத்தைத் தரிசிக்க
விதை உறை கீறி
வெளியேறும் ஒரு முளைக்கு
நஞ்சு என முத்திரை சேர்கிறது.

தன்னியல்பின் மௌனத்தில் நிலைத்த
மலைகள் உயரமானவையென்றும்
அவற்றின் தாழ் இடைவெளி
பள்ளத்தாக்கென்றும்
உருவம் கொள்வதைக்
கேலியாய்ப் பார்த்துப் போகிறது
கவை வடிவாய்க் கடந்து செல்லும்
குருவிக் கூட்டம்.

பிளவுகளை சிருஷ்டித்தவன் இல்லை
இப்போது. வனாந்திரத்தின்
விலங்குகளும் பறவைகளும் நுண்

ணுயிர்களும் அவனைப்
புசித்துச் செரிக்குமுன்
கண்காணாத் தொலைவில் முளைக்க
வுள்ள சந்ததிக்குக்
கற்றுக் கொடுத்துச் சென்றான்,

விரோதிகளை இனங்காணவும்
உருவாக்கவும். பகையை வளர்க்கவும்
பகைவர்களை அழிக்கவும்.

காரணமற்று
என் தெருவின் ஒவ்வொரு புள்ளியிலும்
என் பொழுதின் ஒவ்வொரு சலனத்திலும்
உயிர் வரலாற்றின் கண்ணீர்த் துளியென
உலவித் திரிகிறேன்

விரோதி விரோதி என்ற கூச்சல்
துரத்தித் தொடர்கிறது
என்னை.

இன்று காலை
உணர்வு புலர்ந்த போது
நினைவின் வாசலில் வந்து
நின்றாள்
பூநாகம் தீண்டி இறந்துபோன
ராஜகுமாரி. பறக்கும் கம்பளத்தில்
அவளை அழைத்து வந்த
சிறுவன் அருகிருந்தான், ஏழு கடல்
ஏழு மலை தாண்டி வந்த அலுப்புடன்.
இளவரசியின் கண்களில் கூடுதலாய்க்
கலக்கமும் சிவப்பும்.
சீந்துவாரில்லையே
என்று சொல்லிச்
சொல்லிப்
புலம்பினாள் அவள்.

பற்பசையும் துவாலையும் ஆளுக்கொரு
கோப்பைத் தேநீரும்
ஆறுதல் வார்த்தைகள் ஓரிரண்டும்
வழங்கினேன்.
விளையாட்டு மாறியதே தவிர
விளையாடுவது நிற்கவில்லை என்றேன்.
பாலர்களும்
நரைதிரண்டு பற்கள் உதிர்ந்தும்
பால்யம் உதிராத சிறுவர்களும்
விதவிதமாய்ப் பொம்மைகள் செய்து
பறக்கவும் மிதக்கவும் விடுக்கிறார்கள்,
பொம்மைகள் சிலவற்றில்

ஜனங்கள் திரள்திரளாய்ப்
போகவும் வரவும்
சாகவும்
செய்கிறார்கள் என்றேன்.

பல்லாயிரம் காதம் தாண்டி
நெருப்பு உமிழ வல்ல
உயிர்க்கொல்லிப் பொம்மை
அப்போதுதான் வந்த தினத்தாளின்
முதல் பக்கத்தில்
புன்சிரிப்பதைக் காட்டினேன்.

இளவரசி குமுறினாள்.

நான்தான் என்கிறது
ஒரு சிள்வண்டு
ஒரு டினோஸார்
ஒரு சிட்டுக்குருவி
ஒரு பாக்டீரியா
ஒரு சாதகப் பட்சி

நான்தான் என்கிறது
ஒரு எரிமலை
ஒரு எருக்கஞ்செடி
ஒரு பனிப்பாளம்
ஒரு பவளத்திட்டு
ஒரு கற்பக விருட்சம்

நான்தான் என்கிறான்
ஒரு யூதன்
ஒரு கறுப்பினத்தவன்
ஒரு சீனன்
ஒரு பாதிரி
ஒரு குகைமனிதன்

மாய வலைக்குள்
சேகரமாகிய தனிக்குரல்கள்
ஒன்றாய்க் கூடி ஓங்கும்
கூட்டுக் குரலில்

விண் அதிர்கிறது.
காற்று வெதும்புகிறது.
விண்மீன்கள் குமைகின்றன.

தன்போக்கில் இருக்கும்
இயற்கையின் சுவாசம்
ஏறித் தாழ்வது
விசும்பல் போல ஒலிக்கிறது.

எம். யுவன்

என் மேல் தெறித்து
ஈரமாய்ப் படர்கிறது
நான் எனும் திவலை.

நனைந்து குளிரும் சமயத்தில்
தொலைபேசியிலோ
பிரிய முடியாத முத்தத்திலோ
தாள முடியாத சிகிச்சையிலோ
மரண ஊர்வலத்திலோ
சும்மாவோ

இருக்கிறேன்.

# மிச்சம்

உனக்காக நான் காத்திருந்தபோது
ரகசியமாய் நரை திரண்டது
என் ரோமங்களில்.
சருகுகள் உதிர்த்துத் தளிர்கள் துளிர்த்து
மரமாகும் பாதையில் உயர்ந்தன செடிகள்.

விழிகளை மூட ஒன்றும்
பார்வையை ஒடுக்க ஒன்றுமென
இரண்டு இமைகள் பூட்டிய கண்களால்
தடம் பார்த்து வண்டியிழுத்து
ஓடியது குதிரை.
அலகில் இரையிடுக்கிக் கூடு செல்லும் பறவை
இறக்கையை ஒருமுறை அசைக்கையில்
உதிர்கிறது
ஒரு கணம்.

குடைவிரித்துத் தடுக்கும் ஆவலின்றி
கணங்களின் சாரலில்
நனைந்தவாறிருந்தேன்.

தலைக்குமேல் மிதப்பது மேகமல்ல
சுனை
யென்றறிந்தபோதும்

எதிர்முனைக்கும் தன் முனைக்கும்
இடையறாது சென்று திரும்பும் ஊசலில்

குற்றுயிராய் என் சலனம்
தொற்றிக் கிடந்தபோதும்

எம். யுவன்

மலமுருட்டும் வண்டெனச்
சொற்களை உருட்டிக் கோத்தபடி
இலக்கற்று
நின்றிருந்தபோதும்

எல்லாப்புறமும் பாறைகள் நெரிக்க
நகரும் திசையறியாது
மூச்சுத் திணறும் காற்றென
உணர்ந்தபோதும்

என்
சின்னஞ்சிறு விழித்திரையில் மிச்சமிருந்தது
பல நூறு பறவைகள் மிதப்பதற்கான ஆகாயம்.

# கணிப்பொறிக் காலம்

விடியும் காலையில்
வெளிச்சமும் ஓசையும்
பாய்கிறது உன்னுள்
    *அல்லது*
ஓசையும் வெளிச்சமுமாய்
ஆகிறாய் நீ.

ஏதும் எழுதப்பெறாத வெற்றுத்
தாளென விரிந்து நீள்கிறது உன்
நாள்
    *அல்லது*
பெருவெடிப்பு தொடங்கி
இன்றுவரையிலான
சகலசெய்திகளும் பொதிந்த
குடுவையெனத் ததும்புகிறது.

இதுவரை குழப்பமில்லை. ஆனால்,
ஒரு நுண்கணத்தின் நுண்மையில்
ஆடத் துவங்குகிறது ஊசல்.
    சமதொலைவிலிருந்த பாறைகளும்
மரங்களும் மனிதர்களும்
இடம் சேரும்போதும்
இடம் மாறும்போதும்

அன்பின் ஆவித்தன்மை பற்றி
முழுக்க அறிந்தவனாகிறாய்.
    *அல்லது*
முழுக்க அறியாதவனாகிறாய்.

பார்க்கிறவற்றை விடவும்
பார்த்தல் பற்றிய கரிசனம்
குரல்வளையில் மாட்டிய மீன்முள்ளாய்
உறுத்துகிறது
     அல்லது
சுவாசம் போல லேசாகிறது.

என்ன செய்ய,
இயல்பில் நிறமற்ற
ஆகாயம்
எந்நேரமும் ஏதோவொரு நிறத்தைப்
பூணத்தான் செய்கிறது.

தவிர,
தமது மொழியில்
பூஜ்யமும் ஒன்றும்
ஒன்றுக்கொன்று சமம் எனப்
பெருமிதமாய் அறிவிக்கும்
கணிப்பொறிகளின் காலம் இது.

●

கற்புலியின் உக்கிரம்
சிற்பிக்குத் தெரியும்.

ஏறி விரட்டும் குழந்தையின்
சவுக்கடிக்கு அஞ்சி
அண்டவெளியெங்கும் விரைந்தோடும்
மரக்குதிரை.

உயிர்த்தளத்திலிருந்து மறைந்த பின்னும்
கவிதைக்குள்
பசியோடு உலவுகிறது டினோஸார்.

இன்று பார்த்த சீன ஓவியத்தில்
மூவாயிரம் வருஷங்களாகப்
பறந்தவண்ணம் இருக்கிறது அந்தத்
தட்டாரப் பூச்சி.

சொல்வது எளிது,
எல்லாம் ஒரு பாவனைதானே
என.

ஆனாலும்,
பார்வைக்குத் தடம் தெரியா மைதானத்தில்
வரிசைகூட்டிப் பறக்கின்றன
பறவைகள்.
மீனை உண்டு வாழும் மீன்கள்
வாழ்வதும் நீரில்தான்.

ஆக, பாவனைகள் சிலவகை. வாழ்ந்
திருத்தல் சில வகை.

இதை நான் எழுதுவதும்
அக்கறையாய் நீங்கள் வாசிப்பதும்
சேர்த்து.

●

# மழைநாள் இரவு

ஒரு நாய் குரைத்ததும்
குலைந்தது இரவின் அமைதி.
ஒரு மின்னல் வெட்டியதில்
கீறலுற்றது இரவின் வர்ணப் பூச்சு.

மழைக்கான பிரார்த்தனைக் குரலை
விடுத்தது முதல் தவளை.

கைக்கெட்டியும் எட்டாதும் கடந்துவந்த
தருணங்களிலொன்று
முகிழ்த்தபோது
மெல்ல வெளிறியது
இருளின் ரகசியம்.

தகடுகள் தென்படாச் சுழற்சியில்
காற்றைக் கடையும் மின்விசிறித்
திகிரியின் பின்னால்
தியானம் கொண்ட சிலந்திக்குச்
சற்று அருகிலும்
சற்றுத் தொலைவிலும்
விதானத்தில்

ஜதைஜதையாய்ப் பழுத்துத்
தொங்கும் முலைகளை
வெறித்தவண்ணம்
உருண்டும் புரண்டும்

தினவடங்காது விழித்திருந்த
போது
பார்த்தேன்
இரவு
என் கண்களால்
தன்னைப்
பார்த்துக் கொண்
டிருப்பதை.

●

தீராப் பகல்

கதையின் பகுதியாய் இருந்தவாறே
கதை சொல்லிச்
செல்லும் சூட்சுமம் உன்னுள்
படிந்துவிட்டது நன்றாக.

பாதச் சுவடு பதியாத
வனத்தின் உள்க்கோடியில்
நோக்கமற்றுப் பூத்துதிரும் மலர்
வெகுளியாய்க் கேட்கிறது,
ஒரு நகரை உடைத்தால்
எத்தனை செங்கல்
தேறும்?

கரைதொட்டுக் காணாமல் போகும்
பாவனை காட்டிச் சென்ற அலை
நீருக்குள் அமிழ்ந்தது
புத்துயிர்த்துத் திரும்பிவரவென்று
உரத்து ஒலிக்கிறது அசரீரி.

இறுக்கிப் பிடித்து நெருக்கும்
கணத்தின் பிடியிலிருந்து
விடுபட இயலாமல் நான்
தவிக்கும்போது
நீ
சுலபமாகச் சொல்கிறாய்,

என்னுள் ஓடி உன்னைத்
தொற்றும் நீரோட்டம்

துவங்கியதற்கும்
        வற்றுவதற்கும்

இருவரும் பொறுப்பல்லவென. உஷ்ணம்
பட்டால் உலர்வது நீரின்
இயல்பென்கிறாய்.

அப்படியானால்,
இரண்டு துவாரங்களால்
பார்க்கிறேனா,
இரண்டு துவாரங்கள்தாம்
பார்க்கின்றனவா?

●

## கைமறதியாய் வைத்த நாள்

கைமறதியாய் எங்கோ
வைத்துவந்த நாளைத் தேடிப்
புறப்பட்டேன்.
நாட்குறிப்புக்கு அப்பால்
ஞாபகத்துக்கும் அப்பால் வெகு
தொலைவில் புதைந்திருந்தது அது.
கல்மரங்கள் வனமாய் அடர்ந்து
சுவர்களை குளங்களை
நீர்போல் மணல் மூடிய
சிற்றூரில்.
இறவா வரம் பெற்று
பாறையில் பதிந்த பாலகனின்
தொல்படிவத்தில் நீங்காதிருந்த
புன்னகையின் பல்லிடுக்கில்
ஒட்டிக் கிடந்த நாளில் நடந்தேன்.
நினைவறியாப் பழமை படிந்த யாவும்
புத்தம்புதுசாய்த் துலங்க
என் சடைமுடிபற்றி இழுத்துப்
புணர அழைத்த ஆதிப் பெண்ணிடம்
அவகாசமில்லையென்று கூறி
விலகிப் போனேன்.
வான்கிழிந்து பொழிந்த
தூவெள் அருவி
மலைமடிப்பில் கொஞ்சமும்
மனமடிப்பில் பொங்கியும்

பாய்ந்தது. தின்னத் தின்னத்
தீராத சொல்லின்
முதல் ருசியில்
லயிக்கத் தொடங்கினேன்.

கற்பறவையொன்று க்றீச்சிட்டு
உரக்க அழைத்தது.
என் பெயர் சொல்லி. அந்த நாள்
முதன்முதல் தடவையாய்
இன்றென ஆனது.

●

# மேலும்

என்றோ மலர்ந்து
என்றென்றைக்குமாக
மணம் வீசிப் பரந்திருக்கும்
பூவின்
இதழொன்றில் இப்போது
பிறந்து துள்ளுகிறது ஒரு ஈசல்.

கூட்டத்துடன் இணைந்தும்
பிரிந்து விலகியும்
சடசடக்கும் ஈசலின் சிறகில்
பளபளக்கிறது
நித்தியத்துவத்தின் ஒரு
துளி.

சென்ற நூற்றாண்டின் துவக்கத்தில்
வசித்திருந்து
காடு சிறுத்ததால் காணாமல் போன
சிறுபறவையும்
தொல்கால அசுணமும்
பனியுகத்துக்கு முந்தைய
டினோஸாரும்
சமதொலைவில் இருக்கும் தருணமொன்றில்
 எதன் மீதும் புகாரற்று
தன் இறக்கைகள் உதிர்த்து
மரிக்கிறது ஈசல்.

உடனடியாய் வந்துசேரும்
எறும்பு வரிசையில்
எதிர்வரும் எறும்புடன்
கணநேரம் முகமுரசி
நின்று செல்லும் எறும்பு
உதிர்க்கும் வார்த்தை
திசையெங்கும் எதிரொலிக்கிறது.

அச் சிறு சொல்லில் தெறிக்கும்
வாஞ்சையின் முன்
முழந்தாளிட்டு
கண்ணீர் மல்குகிறது
பால்வீதி.

●

## பாறை

அகழ்ந்ததில்
புதிதாய்க் கிடைத்த பாறை பற்றி
ஊரெல்லாம் ஒரே பேச்சு.
பாறை போலவே இல்லையாம்
அந்தப் பாறை.

ஆழ்தளத்தின் படிவப் பாறை போலும்
சந்திரனிலிருந்து கொண்டுவந்தது போலும்
ஒரே சமயத்தில்
தோற்றம் காட்டும் பாறையை
சென்று பார்த்து மாளவில்லை ஜனங்களுக்கு.

பஞ்சு போல நிறையற்றதாய்
ஜெல்லி மீன் போல வடிவமற்றதாய்
தொடும்போது மேற்பரப்பு அதுங்குவதாய்
சுத்தியால் தாக்கினும் சிதறாதிருப்பதாய்

சதா தியானத்தில் மூழ்கி
வருகையாளரின் கவனமற்று
ஓரங்களில் கூரற்று
தேகத்தின் பரப்பில் மழுமழுவென்று

வாழ்வின் ரசாயனத்தில்
பாறையான
ஆதிமனித மண்டையோடு

ரசாயன வாழ்வுக்குள் வந்ததில்
துக்கம் கொண்டதெனத்
தனக்குள் அமிழ்ந்து

இன்னும் இன்னும் இன்னுமென
ஏகப்பட்டது சொல்கிறார்கள்.

நானும் போய்ப் பார்த்துவந்தேன்.

●

நேற்றிரவு உரையாடித்
தீர்ந்த பின்னர்
சிமிழ் திறந்த கடைசி ரகசியம்போல
கைவீசிப் பிரிந்து சென்றோம்
அவன் கடற்கரை வீட்டை நோக்கி
நான் நகருக்குள் வசிப்பிடம் நோக்கி.

விளையாடுவாரின்றி உருண்டுகொண்
டிருந்த பந்து திடீரென
சந்நதம் கொண்டது.
என்றோவாகப் புதையவிருக்கும் ஒரு நாள்
தரையெனக் கிடைமட்டத்துக்கு இறங்கி
வந்தது. சாந்தம் தவறிய காற்று
வலுத்துச் சுழித்தபோது
அவனது சுவாசம் பறிபோனது.
நிலம் குமுறிய வேளையில்
பாதுகாப்பென அவன் உணர்ந்த
வீடு
கொலைக்கருவியானது.

அலைவாரிச் சென்றது அவனை
என்கிறது
விடிந்ததும் முதன்முதலாய்க்

காதில் விழும் செய்தி.
சுழிக்கும் நீரும் காற்றும் பிளந்து
இருவரையும் பிரித்துச் சென்ற கைகள்
கடவுளுடையதா
சாத்தானுடையதா?

யாரும் அறியாமல் ஊறிய
அவனது கனவொன்று
மேகங்களுக்கிணையாய்ப் பொழிந்துகொண்
டிருக்கிறது
கேட்பாரற்று.

●

வாண்டுமாமாவின் கதையிருந்தோ
திபேத்திய நாடோடிப் பாடலிலிருந்தோ
அலைகளின் அரிப்புக்கு ஆளான என்
குழந்தைமையின் சிதில மீதங்களிலிருந்தோ

வெளியேறிய மாயக் கண்ணாடி
புத்தக அலமாரிக்கருகில்
சுவரில் வீற்றிருக்கிறது.

முன் வரும் பிம்பம் ஒன்றுவிடாது
சேமிக்கிறது தன்
ஞாபகப் பரப்பில்.
தூசாய்ப் படர்ந்த பிம்பங்களின்
படலத்தை
விலக்கி
விலக்கி
ஆழ நகர்கிறேன் என்
ஆதிமுகத்தின் சாயை தேடி.

அது
கடவுள் தும்மியபோது தெறித்த
எச்சில் துமியாகவோ ஒரு
அமீபாவின் நுண்உடலாகவோ
குரங்கின் முகமாகவோ
நியாண்டர்தால் மனிதனின் தொலைதூரச்
சாயலுடனோ
இருக்குமோ?

இப்போதைய என் முகம்
எனதென்று கொள்ளவும்
ஆதாரம் ஏதுமில்லை.

பிம்பக் குவியலில் பொறுக்கி
எடுத்தவற்றில் எது எனது?

●

எம். யுவன்

## யார்

இரவில் படுக்கை விரிப்பாய் இருந்த
சமுத்திரத்தைப் பதினாறாய் மடித்து
தலைக்கு வைத்த மலைத்தொடருக்கடியில்
அடக்கமாக வைத்தேன்.
வளிமண்டலத்தில் மகரந்த
நுண்துகள்களென விசிறிக் கிடந்த
உயிரின் வாசனையை நுகர்ந்தவண்ணம்
நடந்தேன். நெருஞ்சி முட்களாய்ப் பாதையில்
சிதறிக்கிடந்த விண்மீன்கள்
பாதத்தில் குத்தாமல் நடக்கச் சிரமமாய்
இருந்தது.
இல்லாத கூரையில் சுடர்ந்த மின்னல்
நிரந்தரமாய் ஒளிர்ந்து வழிகாட்ட
உச்சிப் பொழுதில் வீடு வந்து
சேர்ந்தபோது கடந்திருந்தன
ஒரு இரவும் பல நூறு ஆண்டுகளும்.
தாழியை நீங்கி வந்த முதுமகளை
ஒக்கலில் சுமந்து எதிர்கொண்ட மனைவிக்கு
அடையாளம் தெரியவில்லை என்னை.
கனவில் ஒரு காலும்
நனவில் ஒரு காலும் பதித்துத்
திரியும் என்னை
யாரென்று
      உனக்குத் தெரியாது.
உண்மையில்,
      எனக்கும் தெரியாது.

உலகப் படத்தில் ஒட்டியிருந்த
என் தேசத்தை
பதனமாய் உரித்தெடுத்தேன்.
வளைகோடுகளும், நெளிகோடுகளும்
பிதுக்கி உயர்த்தின
மலைகளை குன்றுகளை
ஆட்காட்டி விரல்களால்
மெல்ல நீவி சமன் செய்தேன்.

ஜீவநதிகள் கிடைநீராய்ப் பொலிந்தன.
தமக்கெட்டிய அளவில்
ஆகாயத்தை எதிரொளித்தன.

ரகசியமாய்
ஒரு துளி உயிர்த் தாது
நீர்ப்பரப்பில் சிந்திய
எண்ணெய்ப் படலமென நிரவியது.
     அவரவர்க்கு உகந்த
உறுப்புகளைத் தேர்ந்து
மாட்டிக்கொண்டு விரைந்தனர் யாவரும்.
காற்றில் துகள் செலுத்தி
இணையைப் புணர ஏகியது
ஒரு செடி.

விளிம்பு கட்டிய வில்லையாய்க் கிடந்த
புவிப்பரப்பு
உருண்டை என்று கண்டுசொன்னான்
ஒரு பித்தன்.

கடல் என்பது இடமா
நிறைந்திருக்கும் நீரா என
வினவிப் போனான் இன்னொரு
உன்மத்தன்.

எம். யுவன்

ஆனால், அதோ அதோ
காலமும் தூரமும் புரியுமுன்னே
இருபுறமும் கவனமாய்ப் பார்த்து
சாலையைக் கடந்து செல்கிறான்
அந்தப் பாலகன்.

என் வெளிறிய
ஞாபகத்தில் உருண்டையாய்
         அனுபவத்தில் தட்டையாய்
விரிந்த நிலப்பரப்பில்
ஸ்திரமாய் ஊன்றிய பின்னங்
கால்களைச் சற்றே அகட்டி
சாவகாசமாய்
சிறுநீர் பெய்கிறது
ஒரு கழுதைக் குட்டி.

●

பரிச்சயமான குரல்தான் அது.
பால்யகாலம் தொட்டே கேட்டு வந்திருக்கிறேன்.
விருந்தினர் வரும்போது வீறிட்டுக் குரைக்கவும்
திருடன் வரும்போது வாலாட்டிக் குழையவும்
பழகிவிட்ட வளர்ப்பு நாய்போல
எனக்குள்ளிருந்து ஒலித்து வருவது.

எதிரில் வரும் எந்தப் பெண்ணையும்
புணரச் சொல்லும்.
கேட்பாரற்ற பொருளைக் கவரச் சொல்லும்.
எதிராளி அயரும் நேரம்
    சொல்லாலேனும்
கொல்லச் சொல்லும்.
நண்பனிடம் பேசும்போது
உண்மையின் குரல்வளையைக் கவ்வி
இறுக்கும். சாலையோர விளம்பரத்
தட்டியில் ஏறி அமரச் சொல்லும்.

குரலின் வீரியம் கூடும்போது
சுவரிலெழுதிய சித்திரங்கள் இறங்கி
நடமாடுகின்றன. இரவின் கணங்கள்
இரும்பாய்க் கணக்கின்றன. ஓரங்கள்
சிதைந்த வானவில்லொன்று
குப்பைத் தொட்டிக்குப் போகிறது.
மேகம் விட்டிறங்கும் மழைநீரில்
சாக்கடை மணக்கிறது. பெட்ரோலைக் குடித்துத்
தாகம் தணிக்க விழைவு கொள்கிறேன்.

ஒலியாய் வெளியேறாது
அடக்கக் கற்றுவிட்டபோதும், குரலின்
ஆணையை மறுக்கக் கூடவில்லை. அது
கேட்காத பொழுதில் என்ன நடக்குமென
அறியக் கிடைத்ததில்லை,
குரலற்ற பொழுதே இல்லை என்பதால்.

வலதுதோளின் பின்புறம்
அம்பறாத் தூணியில் போல
உபரியாய் முளைத்து நீண்ட எலும்பை
ஒருமுறை உருவி அம்பெனப் பாய்ச்சினேன்
குரல்கொடுக்கும் மிருகத்தின் உயிரைப்
பறிக்க எண்ணி. லாகவமாய்த் தப்பி
மேலும் தீர்க்கமாய்
மிரட்டுகிறது அது.

இன்று, நனவின் அண்மைக்கு அப்பால், என்
உயிர் கொரித்து வாழும்
பறவையின் நிழலில் நான்
ஓய்வுறும்போது,
என் குரல் போலவே ஒலிக்கிறது
அந்தக் குரல்.

●

## இல்லாத நாள்

படித்ததா கேள்விப்பட்டதா
நேரில் பார்த்ததுதானா
தெரியவில்லை,
வயிறூதிக் கிடக்கும் பசுமாட்டு
சடலத்தின் மேல் அமர்ந்திருக்கும்
பச்சை நிற வெட்டுக்கிளி.
அவ்வப்போது
ஞாபகத்தில் வந்து
தத்திப் போகிறது. அதன்
உடற் பசுமையில் உயிர் வேட்கையும்
மேல்கீழாய் அசையும் உணர்கொம்புகளில்
மரணத்தின் செய்தியும்
ஒலித்தவாறிருக்கிறது.
நான்
நினைவு கூர விரும்பாத
நாளொன்றை விலக்க முனைகையில்
நினைவு கூரும்படி ஆகிறது.
இல்லையா?
என்னை
துரத்தித் துரத்தி
வேட்டையாடும் நாட்காட்டியில்
இருக்கத்தானே செய்யும் அந்த நாள்.
கிழிந்து கசங்கி
குப்பைத் தொட்டியில் இன்னும்
சேராத நாளில்
வெயில் எரிக்குமா, மேக மூட்டம் இருக்குமா

கணக்கிருக்கும் சாணித்தாள் அடுக்கில்
தொகுத்த எண்ணிக்கையில்
ஒரு எண் குறைந்த வெறும் குறிப்பு
மட்டும் சேருமா
நகர்ந்து செல்லும் காற்றில் கொஞ்சம்
துயரமிருக்குமா அல்லது
ஆசுவாசப் புன்னகையா

நான் இல்லாத அந்த நாளை
நான் இருந்து
    அனுபவம் கொள்ளும்
      ஆசை ஊறுகிறது.
மண்குட மாவது
சுட்ட களிமண் சுவரில்லை,
    எதுவும் நிரம்ப
உள்ளிருக்கும் இடம் என்று
ஆறுதல் கொள்கிறேன்.

கவிஞன் வெளியேறிவிட்டான்.
பசியின் ஒற்றையடிப் பாதையில்
சிற்றடி வைத்து நடக்கிறான்
சொல்லை மீறின ருசி தேடி.
அணில்களும் மரங்கொத்திகளும்
உற்சாகமாய்ப் பணிபுரியும் மரங்களின்
தாது உறைந்த காய்கனிகளை ஓர்ந்து
நடக்கும்போதே
மனத்தின் நிலவறையில் விசிறிக் கிடக்கும்
வெற்றுத் தாள்களில் குறித்துக்
கொள்கிறான்
காட்சியை மீறின காட்சிகளை.

இரவு முழுவதும் ஒளிவீசி
எரிபொருள் தீர்ந்த லாந்தர்
குடிலின் மூலையில் எஞ்சியிருக்கும்
இருட் குஞ்சோடு நடத்தும் மற்போரில்
கைதாழ்ந்து வருகிறது.
தனிமையின் மோனத்தில்
அரற்றுகிறது . . .
வாஸ்தவம்தானே,
கவிதையை விடக் கத்திரிக்காய்
நிஜமானதுதான்.

வேலிப்படலை
முன்வாசலை
ஒருக்களித்த மூங்கில் படல் கதவை
திரைச் சீலையை
ஒன்றொன்றாய் அல்லாது

ஒருங்கே
லாகவமாய்த் தாண்டித் தரைபரவும்
சூரிய ரேகை
ஆறுதலாய்ச் சொல்கிறது . . .
விசனம் கொள்ளாதே,
கத்தரிக்காயை விடவும்
கவிதை நித்தியமானது.

ஆமாம் ஆமாம் என்கிறது
காற்றிலாடும் மூங்கில் படல்.

●

# பாடுபொருள்

அடுத்த முறை
வாய்ப்புக் கிடைக்கும்போது
நெருப்பைப் பாடாதே
    உஷ்ணத்தைப் பாடு.
பார்க்க முடிந்த நெருப்பின்
பார்க்கவியலாத வெம்மையில்தான்
கருகக் கிடைக்கிறது எப்போதும்,
    இல்லையா.
பகலும் இரவும் குழம்பி நொதித்த
உன் அன்றாடத்தின் தகன மேடையில்
தடையற்று நீ பொசுங்கவேண்டி
நா உயர்த்தி எழுகிறதே
    ஜ்வாலை,
ஆதிக் குகைகளில் பதனமுற்று
கைமாறிக் கைமாறி
கைபடாமல் கைமாறி
உன் கையறுநிலைமேல்
வந்து சேரும்
வெம் புலம் அது. சாம்பல் பூத்த
உன் எலும்புகளில்
மிதமாய்க் கனலும் அதன்
உஷ்ணப் பூ
உன்னை நடத்திச் செல்கிறது
இன்னும் திறவாத நாளொன்றின்
முடிவற்ற தாழ்வாரத்தில்.

●

தீராப் பகல்

## கடைசி நண்பன்

சிசுவின் கனவில்
சுரக்கும் பாலுக்கு
ருசியுண்டு. நிறமுண்டா?

ஆனால்
தாயின் முலைக்காம்பில் ஊறுவது போல
கள்ளியிலும் சுரக்கிறது
வெண்ணிறத் தாது.

இல்லாத கோட்டுக்கு இந்தப் பக்கம்
அவனும்
அந்தப் பக்கம் நானும் நின்றிருந்தோம்.
இந்த நூற்றாண்டின் மகத்தான
பொய்யை உரைத்த பின்
அவன் புன்சிரித்தான்.
எங்கள் சொற்கள் பரஸ்பரம் தழுவி
ஒற்றர்களின் நேசத்துடன் இன்புற்றிருக்க
எங்களது நிழல்கள்
பரஸ்பரம் குதறிக் கொண்டன.
நிழல்கள் இரண்டிலும் குருதிக்கோடு
வலியாய்ப் பொலிய
நாங்கள் பிரியமாய்த் தேநீர் அருந்தினோம்.
சிகரெட்டைப் பகிர்ந்து புகைத்தோம்.

தோள் அணைத்து நடந்து சென்று
 பாதைகள் பிரிந்த இடத்தில்
கைகுலுக்கி விலகிப் போனோம்.
அவன் அன்பின் மரணத்தை நோக்கி
நான் ஏக்கத்தின் தீட்டுடன்.

எம். யுவன்

கடைசி நண்பனும் மரித்த
துக்கம் சுமந்து கனத்த மனத்துடன்
புகைத்த இன்னொரு சிகரெட்டில்
இதுவரை யில்லாத தித்திப்பு.

குப்பைகளை வாரி விரையும்
காற்று சொல்லிச் செல்கிறது
இன்றைய சருகுதான்
நேற்றைய மலரென்று.

## அலைவெளி

உறக்கத்தின்
பக்கச் சுவர்களிலும் கூரையிலும்
உருவாகி உருவாகி அழியும்
நீர் ஓவியங்கள் அலைகளாலானவை.

சாந்தமானதொரு அலை.
முத்தங்களைக் கோத்தது இன்னொன்று.
தொலைவின் ஏக்கம் தருவது
பிறிதொன்று. தொலைவென்றே
ஆசுவாசம் தருவது வேறொன்று.

துரத்தலின் பயங்கரம் பொதிந்த அலை
வேகமாய் என் மீது மோதும்போது
படுக்கையை நனைக்கும் சிசுவாகிறேன்.

அலைகளில் மிதந்து அலைகளில் சரிந்து
அலைமுகட்டில் ஏறி
மறுபுறம் சரிந்திறங்கும்போது
ஒரு வாழ்நாள் தீர்ந்திருக்கிறது.
ஓயாது நீரைக் கீறியும் கிளறியும்
படகின் தரையில் நிறைத்தவை
மீன்களும் நண்டுகளும் அல்ல,
யாரும் உவக்காத கழிவுகள். இதோ,
படகின் தரையில் தொப்புள்கொடி அறுந்து
கிடக்கிறது துடுப்பு.

துடிப்பற்ற சமுத்திரத்தின் சமதரையில்
ஓசையும் வெளிச்சமும் பரவித்
ததும்புகிறது.

முகம் திருப்பிச் செல்லும்
முன்னாள் நண்பனென
எட்டாத் தொலைவில்
வெளிறி மின்னுகிறது அலைத்தொடர்.

●

## இரவின் குவளை

இரவின் குவளை நிரம்பித்
ததும்பிச் சொட்டும் துளிகள்
தரை தொட்டதும் ஒளியேற்கின்றன.
பகலின் சுவர்கள் மெல்ல மெல்ல
உயரும் சலனம்.
மில்லியன் மில்லியன் ஆண்டுகளாய்க்
குளிர்ந்து வந்த
உஷ்ணத் தரை மீது
துர்நிமித்தமெனப் படர்ந்து
சுட்டெரிக்கிறது அதிகாலை.
ஏதோ ஒரு சகாப்தத்தின்
ஏதோ ஒரு நகரில்
இப்போது எங்ஙனம் வந்துற்றேன் என
வியந்து கொள்கிறேன்.
முன் வாசலில்
தன்
சிவந்த அலகால் வெண்ணிறச் சிறகு
கோதிப் படபடக்கும் ராட்சஸப் பறவை
ஒற்றை இறகை உதிர்த்துச் செல்கிறது.
இறகு சொல்லவில்லை, என்
கொள்ளுப் பேரனின் கொள்ளுப்
பேரன் தாகம் தணிய
ஸிந்த்தெட்டிக் தண்ணீர்
உருவாக்கிவிட்ட
சோதனைச் சாலையின்
சாதனையை.

●

## எதிர் – காலம்

இங்கும் அங்கும் அற்ற இடத்தில்
இப்போதும் அப்போதும் அற்ற வேளையில்
நான் நடைபயிலும்போது
தீப்பந்தமென ஒளிர்ந்தன மின்மினிகள்.
மரமாய் முளைத்து
செடியாக மாறும் தாவரத்தின்
கிளையமர்ந்து
எழுந்து பறக்கிறது
நேற்றை நோக்கிச் சாடும் பறவை.
அதன் கால் இடறி உதிரும்
ஒரு துளி வெளிச்சம்
 பிணைந்து நெளியும் பாம்பென
 இணையின் கழுத்தை உரசி வளைக்கும்
 ஒட்டகச் சிவிங்கியின் நீள் கழுத்தில்
சறுக்கியிறங்கி விளையாடுகிறது.
 வாயு மண்டலக் கூரையில்
 இடித்து விடாமல் சற்றே
 குனிந்திருக்கும் சிவிங்கியின்
 உச்சந்தலைக் குச்சங்களில்
 மகரந்தமெனத் துளிர்க்கிற
காதலின் ஒரு துளியை
வேடிக்கை பார்த்திருக்கும்
 உயிர்வெளிப்பாதையில் வழிதப்பி
 தங்க வந்த இடத்தை
 தன் இடமென நம்பும்
வேற்றுக் கிரகவாசி
தும்முகிறான்.
அண்டபேரண்டம் நடுநடுங்கி
ஓய்கிறது ஒரு முறை.

●

எம். யுவன்

பெயர் தெரியாத உணர்ச்சிக்கு ஆட்பட்டு
முத்தமிடுகிறேன். நீ
சுலபமாகச் சொல்கிறாய்,
காதல் என்று.

உன்னால் முடியும்,
எதற்கும் பெயர் சூட்ட.
காற்றைத் திரிகளாய்ப் பிரித்துத்
தனித் தனிப் பெயர் சூட்டுவாய்.
பெயர்களுக்கெதிரான மாபெரும்
கலகத்தில் கடைசிப் போராளி நான்.

உனக்கும் எனக்கும் அப்பால்
சுதந்திரம் பூண்ட சொற்கள்
சாகின்றன
கொல்கின்றன
பிறக்கின்றன
இறக்கின்றன.

அவற்றில்
அலையில் மிதக்கும் ஒரு பெயர்.
காற்றில் பறக்கும் மற்றொன்று.

இன்னும்
பெயரிடப் பெறாத பல்லாயிரம்
விண்மீன்கள் கண்சிமிட்டிக்

குதூகலிக்கும் பால்வீதியில்
தொடர்கிறது என் அதிகாலைநடை.

நீ பெயர் சூட்டிய மரத்தின்
சல்லிவேர்களுக்கருகில் உன்
எலும்புகள் மட்கும்போது
நிலைக் கண்ணாடிபோல் என்
பிம்பத்தை எதிரொளிக்கும் ஒரு
விண்மீன்.

ஆனால் நீ அறிய மாட்டாய்,
தனக்குள் புதைந்து யுகங்களைக்
கழித்த கூழாங்கற்கள்
முழுதும் வெளித் திறந்துவிட்டன.

நதிக்கரைகளை
மலைப் படுகைகளை நீங்கி
தொழிற்சாலைகளின் புகைப்
போக்கியிலோ
நெடுக்கு வசத்தில் வளரும் மாநகரின்
புறச் சுவர்களுக்குள்ளோ
புதிய கொலைகள் பொதிந்த
பழைய கடவுளின் கருவறையிலோ
வசிக்க விரைகின்றன.

தன்னைப் பற்றி யோசிக்கத்
தொடங்கும்போது கூழாங்கல்
கூழாங்கல்லாக இருப்பதில்லை
என்பதோடு
தன்வாலைத் தான்விழுங்கும்
பாம்பு வலயம்போல மாறிவிடுவதும்
உண்மைதான்.

உனக்கு அவகாசமிருக்காது.

மதிப்பெண் உத்தியோகம் மின்சாரரயில்
மனைவி கணிப்பொறி காசு என
தலைமாற்றி ஒட்டப்பட்ட
நாடாவில்
பிறழ்ந்து கிடக்கும்
உள்வெளிப் பாதையில் சதா
சரிந்து மேலேறிச்
சரியும் உருளைக்கல் நீ.

கூழாங்கற்கள் பற்றி யோசிக்க நேரமேது?

யாரேனும் எடுத்துச்
சொன்னால் உண்டு.

பாரேன்,
தன்னை நினைவுறுத்த முயன்று
தோற்ற கூழாங்கல்
உன் முன்
யோக நித்திரையில் ஆழ்ந்
திருப்பதை.

விதையைப் பார்த்தே
விருட்சத்தின் வரலாறு கணிக்கும்
மேதை எதிர்ப்பட்டான்
பாதை தொடங்கும் இடம் நோக்கி
நான் சென்ற பயணத்தில்.

விதையைப் பிளப்பதுபோல் ஒரு
வார்த்தையைப் பிளக்கச் சொன்னான்.

புரிந்து விட்ட சூட்சுமத்தால்
பிளவுண்டு கதறின
கைவசம் நிரம்பிப்
பூசணம் பூத்த சொற்கள்.

மன்னர்களின் தலைகொய்த
வெட்டுக்கத்தி மறைந்ததொன்று

அமீபா
மனிதனாகி நடமாடவென
மில்லியன் மில்லியன் மைல்கற்கள்
பதிந்து விரிந்து நீளும் தார்ச்சாலை

முழுக்கத் திறந்த பின்னும்
ரகசியம் மிச்சம் வைத்த
சிமிழ் போலொன்று

பொருள் ஏறின ஒலிகளில்
ஒளிந்திருந்த பெருச்சாளிகள்
சுதந்திரம் பெற்று வெளிப்

போனதும் மீந்த ஒரு கணம்
சாதுவான
அவரை விதையைப் போலக்
கிடந்தது உள்ளங்கையில்.

அதில் ரகசியமாய் முளைவிடுகிறது
நீ பார்த்தறியாப் பூமியின்
இந்தப் பக்கம்.

●

## வந்தேறி

17டி பேருந்துப் பாதையில்
அலுவலகக் கட்டட வளாகத்தின்
பெயர்ப்பலகைக்கு இந்தப்பக்கம் நானும்
அந்தப் பக்கம் அதுவும்
வேர்கொண்டிருக்கிறோம்.
ஆகாயம் கிழிந்து
நெருப்பு பொழியும் நாட்களில்
முகம் சோர்ந்து நிற்கும் அது,
என்போல.

ஊற்றப்படும் நீர் மட்டுமே வாய்ப்பதும்
மாநகரின்
மின்னோட்டக் கம்பியில் உரசுவதால்
கிளைகளை அடிக்கடி இழப்பதும் பற்றிக்
கவலையுண்டா அதற்கு என்று
தெரியாது எனக்கு. சின்னஞ் சிறு இலைகளில்
வெளிர்பச்சை நிறமும்
நூறு நூறு வண்டிகள் விடுத்த
புகைப் படிவும் சுமந்து
வெகுளியாய் நிற்கிறது. பிராயம்
முற்றியபின்
பேருந்து நிறுத்த
நிழற்குடையின்
ஆஸ்பெஸ்ட்டாஸ் கூரையை உரசிக்
குலவுகிறது.

வேரில் நிரம்பிய
வன ஞாபகத்தில்
பருவம் தவறாது பூக்கிறது
இலையுதிர்க்கிறது தளிர்க்கிறது.

அபூர்வமாய் மழைமொழிந்து
தரையும் மனமும்
தண்மையுற்ற மறுநாள்
பார்த்தேன், அதன்
அக்குள் மடிப்பருகில்
குடைக்காளான் பூத்திருந்தது.

●

# இசைவு

விளிம்புகளை வரைந்து செல்லும்
சூட்சுமக் கோடு
விசித்திரமானது. பேரழகாய்த்
தரையிறங்கும் அமிர்த தாரைகள்
தரை தொட்டதும்
தண்ணீர் எனப் பெயர் கொள்கின்றன.

தேங்கினால் குட்டை
நகர்ந்தால் நதி
கிடந்தால் குளம்
அலைகிளர்ந்தால் சமுத்திரம்

ஆனால், ஆனால்,
ஒரு கிளையில் நச்சிலையும்
மறு கிளையில் பச்சிலையும்
துளிர்த்து வளரும் அபூர்வ மரத்தில்
தொற்றி ஊரும் கம்பளிப்பூச்சி
தன் உணவைத் தானே தேர்கிறது
பசி, ருசி மற்றும்
உயிர் வேட்கையின் கணிப்பின்படி.

உச்சி வெயில் பொழுதில்
பட்டையைக் கொத்திப் பிளந்து
உணவு தேடும் மரங்கொத்திக்கு

நினைவு கூரக் கிடைத்தவை
சுள்ளிகளாலான கூடும்
மிதக்க உதவும் காற்றும்
பொரிபடக் காத்திருக்கும் முட்டைகளும்.

எம். யுவன்

புதிய இலைகள் துளிர்க்க
ஏதுவாய்
ஒளியுடன் புணர்ந்து
ஓயாது பணியாற்றிய
பழைய இலைகள்
புகாரற்று உதிர்கின்றன

மஞ்சளின் பளபளப்பு மெல்ல
மெல்லப் பழுப்பாய்த் திரிபுறப்
பெருமிதமாய்
இடமளித்தவண்ணம்.

●

ஒரே கணம்தான்.
நிலமும் கடலும்
இடம் மாற்றிக் கொண்டன.
இறந்தவர்
உயிர்பெற்று உலவலாயினர்.
பிறந்தவர்
இன்னமும் பிறவாதிருந்தனர்.
கிளைகளைப் பூமிக்குள் புதைத்து
வேர்களை
வானோக்கி உயர்த்தியிருந்தன
மரங்கள். ஆகாய வெளியில்
தத்தித் தத்தி நடந்தன பறவைகள்.
கடல்கொண்ட நிலத்தின்
மாந்தர்
கடல்கொள்ளா நிலத்தில்
வாழ்க்கை துவங்கினர்.
புதிதாய்ப் பிறந்த நாளின் உடலில்
பிரசவக் கவிச்சி.

என்றோ தொடங்கி
எங்கோ விரையும்
ஆதிக் குரங்கின் பயணத்தில்
இடையிலொரு கண்ணியாய்
பசிக்கும்போதெல்லாம்
புசித்துத் திரிந்தேன்.

வெளிச்சமும் இருளுமற்ற
சாம்பல் வேளை
நிலைகொண்டது எங்
கெங்கும் என்றென்றுமாய்.

தானாகவே
தக்கையைத் திறந்து வெளியேறித்
துள்ளாட்டம் போட்ட பூதத்தை
பெரும் பாடுபட்டு
சீசாவுக்குள் திருப்பி அடைத்ததும்

அதனதன் இடத்தில்
பொருந்தின அனைத்தும்.

நான் மட்டும் ஒரு
மில்லியன் ஆண்டுகள்
வயதான
புத்தம் புதிய சிசு
ஆகியிருந்தேன்.

●

## பின்னொரு நாள்

சாயங்காலத்தின் விரிசல் வழி
மெல்லக் கசிந்திறங்குகிறது இருட்டு
ரகசியமாய் வந்து தழுவும்
வயோதிகமென.
கனத்த சொட்டுகளாகி
தாரைகளாகிப் பொழிந்து ஓய்ந்து
அலைகளற்ற நீர்த்தேக்கமாகிறது.

இருளில் முளைவிடும்
விசித்திரத் தாவரமாய்
உயிர்கொள்கிறேன்.
வேர் பிடித்து ஆழ இறங்கும்
உவகை திகட்டத் திகட்ட
ஊறுகிறது.

தவளைக் குரலாய்
மின்மினியின் வெளிச்சமாய்
ஆந்தையின் பதட்டமாய்
வவ்வாலின் சஞ்சலமாய்
ஓசைகளின் ரகசியமாய்
ஈரம் செறிந்த
இருட் பொருளாய்
ஆகிறேன்.

எம். யுவன்

புலர்ந்து வரும் பொழுது
இழுத்து வரும் வெப்பத்தில்
ஓயாமல் காய்ந்து

பின்னொருநாள் விறகாவேன்.
நான் திறந்து வெளியேறி வந்த
கதவு தானாக மூடிக்கொள்ளும்.
தடையமின்றி மறையும் பாதையில்
நெருப்பின்
அடங்காப் பசிக்குச் சிற்றுண்டியாய்
தின்னத் தருவேன் என்னை.
சுடரின் நாவு
ருசித்துப் புசிக்கும்போது
இருள் பொசுங்கும் வாசனையாய்
புவியெங்கும் பரவுவேன்.

●

## இரட்டையர்

ஒற்றையாய்ப் பிறந்த
இரட்டையரில்
ஒருவனுக்கு மட்டும் உடம்புண்டு.
மற்றவனுக்கு

பார்வையுண்டு கண்ணில்லை.
ருசியுண்டு வாய் இல்லை
கேள்வியுண்டு காதில்லை.

விடுகதையின் புதிராய் இவன்
இருப்பான்.
விடையிலுள்ள வெளிச்சம் அவன்.

கோடை முற்றும்போது
வெயில் பற்றிய அச்சம்
புதிய உச்சத்தை அடையும்
இவனுக்கு. அவனுக்கு
வெயில்போலும் மழை.

ஒவ்வொருமுறையும்
கசகசத்துத் திரும்பி வந்து
குளிர்நீர் அருந்தும்போதும்
இவன் உணவுப் பாதையில்
ஈரம் படும்.
வாஸ்தவத்தில் நனைவது அவன்.

செவிப்பறையில் மோதும் சப்தத்தின்
ஒலி வகையைச்
சீர் பிரிப்பான் இவன்.
    அவனோ
ஓசையின் பின் உள்ள
நிசப்தத்தைக்
கேட்டவாறிருப்பான்.

வேர் பிடித்துச்
சுமக்கும் கால்கள் மேல்
நிறைந்து நிற்பான் இவன்.
    கோள்களும் விண்
    மீன்களும் சஞ்சரிக்கும்
    பெருவெளியில்
    தண்டை கிலுங்கத் தவழ்வான்
    அவன்.

எழுதப்பட்ட பல்லாயிரம் வரிகளுக்கு
வெளியே
தெறித்து விழுந்த வரியொன்று
உன் முன் வருகிறது.
அயலார் குழந்தை போல
உனது
முழங்காலைக் கட்டிக்கொள்ள.

ஒரு மனத்துக்கும் இன்னொன்றுக்கும்
உள்ள தொலைவு
ஒரு விண்மீனுக்கும் மற்றொன்றுக்கும்
உள்ள அளவு
என்று எடுத்துரைக்கிறது.

யாரோ யாரிடமோ பேசுவதை
ஒட்டுக் கேட்ட பதைப்பு
உதிக்கிறது உனக்குள்.
அத்துவானத் தொலைவில் அருகிலிருக்கும்
மற்றவனுக்குத் தெரிவதற்கில்லை
என்றாலும்
    கூசுகிறது உனக்கு.

மிரட்சியுடன் நோக்குகிறாய்,
நான் பார்த்துவிட்டேனோ என்று.

உரையாடுவது நாமிருவரும்தான்
என்றறிவேன்.
சிரிப்பு வருகிறது எனக்கு.

களவைக் கேலி செய்கிறேனோ
என்று சந்தேகப்படுகிறாய்.

எம். யுவன்

இதற்குள் ஓடிக் கடக்கும்
பொழுதின் ரசவாதத்தில்,
ரகசியமாய்ச் சலனம் கொள்கிறது
அந்த வரி.
யாருமறியாமல் மெல்ல மெல்ல நகர்ந்து
எதிர் முனை நோக்கி
    ஊர்கிறது.

வேடிக்கை பார்த்த நான்
களவுகொடுத்த பங்குதாரனாகிறேன்.

நம்மிருவருக்குமான இடைவெளியில்
தனித்துவமான மண்புழுவெனத்
துளைத்துத் துளைத்துச் செல்கிறது
நம் இருவரின்
    அந்தரங்கம் சுமந்த
    அந்த ஒரு வரி.

## யாரோ

யாரோ ஒருவர் தெரிவிக்கிறார்
ஒரு சகாப்தம் முடிவுற்றதென.
    சந்தடியின்றி வந்து வந்து
    செல்கின்றன இரவுகள் பகல்கள்.
யாரோ ஒருவர் அறிவிக்கிறார்
புதிய மதம் பிறந்துவிட்டதென.
    பழைய நம்பிக்கைகள் முறிந்த இடத்தில்
    புதியவை துளிர்த்த மணம் பரவுகிறது.
யாரோ ஒருவர் விற்கிறார்
புதுப்புது வார்த்தைகளின் தொகுதியை.
    கொக்கியை அசைக்காமல் தீனியைப்
    பறிக்கும் வித்தை கைவருமுன்பே
    பொறியை நோக்கி விரைகின்றன
    எலிகள்.
யாரோ ஒருவர் கண்டுபிடிக்கிறார்
உணவு நஞ்சாக மாறும் நுண் தருணத்தை.
    உணவு தேடி ஓராயிரம் பூக்கள்
    அமர்ந்தமர்ந்து சேகரித்த தேனை
    வன்மைக்குப் பறிகொடுக்கும்
    தேனீக்கள்.
யாரும் ஆணையிடாமல்
திசைமாற்றிக் கொள்கிறது
ஆழ்கடல் நீரோட்டம்.
    எங்கள் ஊரில் கோடை மிகக்
    கடுமை இவ் வருடம்.
வெய்யில் தணிந்தும்
வெம்மை குறையாத முன்னிரவில்
தன்னிச்சையாய் இருளைத்
    துளைக்கிறதே விண்கல்,
    பார்த்தீர்களா?

நான் அறியாத வேளையில்
என் நெடும் பயணம்
தலைகீழாய்த் தொடங்கியதாய்ச்
சொல்கிறார்கள்.

நிபந்தனைகள் நிறைந்த சாலைகளில்
பாதங்களற்று நடக்கக் கிடைத்தது.

பெண்கள் பூத்த தெருக்களிலும்
மின்சார ரயிலின் நெரிசலிலும்
குண்டு வெடித்த சதுக்கத்திலும்
நட்சத்திர ஓட்டல்களின் முன்வாயிலிலும்
விளையாட்டு மைதானங்களின் திறப்பிலும்
தாதுச் சுரங்கங்களின் ரகசியத்திலும்
இன்னும்
சிகரெட்டின் புகைவிலங்கில்
சிக்கியும்
காமத்தின் களியில் விடுதலையுற்றும்

நீர் நிலம் காற்று என
மூடித் திறக்கும் பாதைகளில்
        பத்திரமாய்க் கொண்டு சேர்க்கும்
        கூரையிட்ட வாகனங்களில்

மானசீகமாய் முதுகில் பதிந்த
கூர்கத்தி மிரட்ட
அகவழிப்பாதையில் அஞ்சி அஞ்சி

ஓடி ஓடி ஓடித்
திரிகிறேன். என்
வரலாறு
வந்து சேர்ந்த இடம் தெரிகிறது.
புறப்பட்ட இடம்தான் புரியவில்லை.

●

தீராப் பகல்

மழைநாள் தவறாமல்
என் வீட்டு வாசலில் தேங்கும்
நீரின் பரப்பில் காற்று
வளையமிடும். சலனமற்ற
முன்னிரவுகளில் நிலா மிதக்கும்.
இணையும் துணையுமின்றித்
தனியாய்த் திரியும் நாய் ஒன்று
நிலவைத் தின்று பசியாறும். பகல் பொழுதில்
சுத்தம் விழையும் வைதிகக் காகம்
அலகு அமிழ்த்தி சிறகு சிலுப்பிக் குளியல் போடும்.

பார்க்கும்போது தேங்கி
புலப்படாமல் வற்றும்
நீரின் சுழற்சியில்
சூட்சுமம் எதையோ தேடித் தோற்பேன்.

        இன்று
தனியாய் நின்று இருட்டையும்
சிகரெட்டையும் புகைத்து நிற்கும் பொழுதில்
யவனக் கப்பல் ஒன்று மிதந்து போயிற்று.
அச்சு அசல் என் சாயல் உள்ள மாலுமி
தன் நாள் நோக்கிக்
கலத்தை நகர்த்திச் சென்றான்
நீரில் மிதக்கும் நிலவைப் பார்த்தபடி.

●

நீர் அல்ல
இருபுறமும் ஒடுக்கும் கரை அல்ல
கரைக்குள் ஒடுங்கிய பாட்டையும் அல்ல,
நகர்தலே நதி
என்றறிந்துகொள்ள
நாற்பத்தைந்து வருடம் ஏழு மாதம் ஐந்து நாள்
ஆகிவிட்டது எனக்கு.
இடைபட்ட காலத்தில்
ஓடாத தண்ணீரைப் பார்த்திருக்கிறேன். ஆனால்
ஓட விரும்பாத நீரைக் கண்டதில்லை.

இடமின்றி
தேடி அலைந்து தேரும் நாட்களின்
நிறங்கள் ஒருபோதும்
சீராய் இருப்பதில்லை.
வேலிக்கு அப்பால்
எதிரிருக்கைப் பெண்ணின் கூந்தலில்
ஞாபகத்தின் நுனியில்
கனவின் மறுகோடியில்
எங்கெங்கும் பூத்திருக்கிறது நான்
என்றுமே தொட இயலாத பூ.
வாசனையால்
என்னைத் தீண்டியவாறிருக்கிறது.

இரவெல்லாம் மழைபெய்து
தார்ச்சாலையின் கருமை அடர்ந்த நாளில்
அறிந்தேன்,
வானவில்லும் ஒருவகை மலர் என.
ஆகாயத்தில் என்றில்லை,
மழைநாள் சாலையிலும்
அது சுதந்திரமாய்ப் பூக்கிறது.
வானவில்லின் நறுமணம்
விரவியிருக்கிறது எங்கெங்கும்.

பூமியும் வானமும் சமரசம்
கொள்ளும் இடத்தில் தரைதட்டி
நிற்கிறது ஒரு வாசனைக் கப்பல்.

வேலை முடிந்தும் ஒரு தினம்
மிச்சமிருந்ததால்
காட்சிசாலைக்குப் போனேன்.
ஓயாமல் பறந்தலைந்த
ஆஸ்திரேலியக் கிளியின் கூண்டுக்கு
வெளிச் சுவரில்
நகராமல் ஒட்டியிருந்தது
நத்தை. இல்லை, நகர்கிறதோ?
கடந்து வந்த தொலைவு
மெழுகுப் பாதையாய்ப் பின்னோக்கி
உலர்ந்திருந்தது.
என்றைக்குக் கிளம்பியதோ, பாவம்.

சுவர்முனைக்கு நத்தை போய்ச்சேருமுன்
ஊர்திரும்பி
காத்திருக்கும் புதுமனைவியை
முத்தமிட்டிருப்பேன், ஒருவேளை. போகும்
இடமெல்லாம் நான் சுமந்து செல்லும் வீடு
ஒரு கணத்தில் மனம் முழுக்க
நிரம்பித் ததும்பியது.

காற்றில் மிதந்து வந்து
உணர்கொம்பை முத்தமிட்ட சருகோ
சிறைக் கம்பிகள் பதற
அலறிய கிளியின் குரலோ
உறுத்துப் பார்க்கும் அந்நியன் பற்றி
உள்ளுணர்வோ
யாரறிவார்

சரக்கென்று நிரம்பியது கூடு.
உயிர் ஜடமாகும் தருணம் வருவ
தென்றால்
ஜடம் உயிராகும் வாய்ப்பும்
தானே வரும் என்று
எடுத்துச் சொன்னேன்.
புரிந்தமாதிரித் தலையாட்டி
சமனமுற்றது
நடுக்கம் அடங்காத
என் மனம்.

அது சரி,
அன்றாடப் பணிமுடித்து ஓயும் நத்தை
எங்கே திரும்பும் தன் வீட்டுக்கு?

●

தீராப் பகல்

திரையரங்குக்கும் மருத்துவமனைக்கும்
இடையில் உள்ள பூங்காவில்
மரங்கள் அதிகம்
பறவைகள் குறைவு.
வாசலில் ஓடும் பெருஞ்சாலையில்
விரையும் வாகனங்கள் அதிகம்
காற்றாட வருவோர் குறைவு.

கண்ணைச் சுருக்கி வானம் பார்க்கிறார்.
எங்களுக்கு இடையில்
அகலமான சிமெண்ட்டுப் பாதையும்
ஒரு நீண்ட தலைமுறையும்.
வழக்கமாய் உடன் வரும் கிழவரைக் காணோம்.
கூன் முதுகைப் பெஞ்ச்சில் சரித்து
சுருண்டுகொள்கிறார்.
உபரியாய் வளர்ந்த வேலிச்செடிகளைக்
காக்கிஉடுப்புக் காவலர் தரிக்கும் ஒலி
விநாடி முள்ளென ஒலிக்கிறது
க்ளிக் கிளிக் கிளிக் . . .

வருடிக்கொண்டிருந்த காற்று ஒரு கணம்
சந்நதம் கொள்கிறது.
ஆவேசம் தாளாது இலையுதிர்க்கும் மரங்கள்.
உதிரும் வேகத்தை
பிரமித்துப் பார்க்கிறார் எதிர்பெஞ்ச்சுக்காரர்.
வளைதடியைப் பற்றிய கரங்கள் நடுங்குகின்றன.

உதிர்ந்த இலைகளை
உதிர்த்த காற்று
திரட்டி அள்ளிச் செல்கிறது.
ஓடும் இலைகளுக்கு வழிவிட்டு
கால்களைச் சற்றே உயர்த்திக்கொள்கிறார்.

செயலற்று நீளும் மாலைப்பொழுது
உரத்த பெருமூச்சாய் முதிர்கிறது.
விரிந்த கண்களால்
வானத்தைப் பார்க்கிறார்.
ஊறும் இருளின்
முதல் துளியை வெறிக்கிறார்.
தடியூன்றி எழுந்து
தத்தித் தத்தி நடந்து
வாசல் கடக்கிறார்.
    பார்வை கடந்ததும்
எனக்குள் நுழைந்து
வேரூன்றி நிரம்புகிறார்.

மாநகர பூமி முதன்முதலாய் அதிர்ந்து
குலுங்கியபோது
தேநீர் குடித்துக்கொண்டிருந்தேன்.
புயல் வந்து மோதிய இரவில்
மனைவியுடன் சம்போகம்.
பிரளயம்போல் மழை கொட்டி ஊர் மிதந்த பகலில்
குறுந்தகட்டில் ஆனந்தமாய்ச் சுழன்றார்
ஹிந்துஸ்தானிக் கிழவர்.
காலரா பெருக்கெடுத்து மாநிலமே புலம்பிய நாட்களில்
இரண்டு நூற்றாண்டுகள் தாண்டிய
ரஷ்ய நாவலுக்குள் புதைந்திருந்தேன்.
சாதிக் கலவரத்தில்
உடமைகளும் உயிர்களும் எரிந்து
தீய்ந்த கிராமத்து வீட்டை
    நல்லவேளை,
சென்ற வருடமே விற்றுவிட்டேன்.
தீபாவளிக்குத் துணியெடுக்கச் சென்ற பஜாரில்
நாலு கடை தள்ளி
குண்டுவெடித்து மூவர் உயிரிழந்து
நாற்பதுபேர் படுகாயம்.
    முனைமுறியாமல்
37 பி பிடித்து வீடுதிரும்பினோம்.

இன்னும்
தினத்தாளில் தொலைக்காட்சியில்
குறுஞ்செய்தியில் கணிப்பொறிக் கடிதத்தில்
வியர்வை கசகசக்கும் நள்ளிரவின் துர்க்கனவுகளில்
ஏதேதோ வருகிறது,

நான் இல்லாத இடங்களில்
நடந்தவை அறிந்து
அச்சம் கொள்கிறேன்.
அதைவிட, இல்லாதிருந்ததில்
ஆறுதல் கொள்கிறேன்.

ஆனாலும், ஆனாலும்,
சீறி வெளியேறும் பெருமூச்சு
ஓய்ந்த மறுகணம்,
பாதுகாப்பாய் இருப்பது பற்றி
அவமானம் கொல்கிறதே?

## ஹம்பி

அழிக்கப்பட்ட பெருநகரின் வீதிகளில்
ஆவிபோல அலைகிறேன்.
ஆந்தையின் கனவில்
புலரும்
இரவில் நிரம்பிய வெளிச்சமென
துலக்கமாய்க் கிடக்கிறது யாவும்.

திரும்பும் திக்கெல்லாம்
கல்பூத்த கட்டாந்தரை.
    பிடிப்பு இன்றி
    வீழும் அறிகுறியின்றி
தன்மேல் நடந்து சென்ற
    யுகங்களின் தடயமின்றி
பாறைமேல் அமர்ந்த பாறைகள்.

விதானமும் நொறுங்கிய
கடைவீதியில்
காட்சிக்கு நின்றிருந்த தூண்கள்.

படிக்கட்டு சிதைந்த கலையரங்கில்
நிசப்தத்தின் பாடலுக்கு
வெறுமை அபிநயிக்கிறது.

அரசியர் நீராட அமைந்த
தடாகத்தின் வெற்றுத் தரையில்
புற்குச்சங்களில் பூச்சி தேடி
தவளைக்குஞ்சு தத்திச் செல்கிறது.

அரைகுறையாய் நிற்கும்
கற்சிலையின் காதருகில்
ஒயிலாய்ப் படிந்திருக்கும் ஓணான்
என்றைக்குரிய ரகசியத்தை உரைக்கிறது?

நொறுங்கிய நகரத்தின்
நொறுங்காத உயிரோட்டமாய்
பாறைகள் மற்றும்
சகாப்தங்களுக்கிடையில்
ஊர்ந்து நகர்கிறாள்
துங்கபத்திரை.

அதோ, நீராடி
திரும்பி நின்று
உடைமாற்றும் பேரிளம்பெண்
    தன்னுணர்வின்றிக் காட்டும்
ஒற்றை முலை வீசும் வசீகரம்
எந்த நூற்றாண்டைச் சேர்ந்தது?

●

ஒரு குடம் தண்ணீர் ஊற்றி
ஒரு பூ பூத்ததாம் . . . ஒன்றின்
சூல் விரிந்து ஆயிரம் பூ ஆனது.
ஆயிரமாயிரமாயிரம் குடங்கள்
அநேக கோடிப் பூக்கள்.
பூர்விகத்தில் பூக்களுக்கு நிறமில்லை.
இரவில் கருமையும்
பகலில் வெண்மையுமாய்ப்
பொலிந்தனவாம்.

    உயிர்முடிச்சின்
சூட்சுமம் அவிழ்ந்ததென
ஆதிப் பூ ஒன்று
தன்னைப் பூ என்றறிந்தது.
ஆனாலும், தான் யார்
மணமா நிறமா என்று
கவலை. நிறத்தைக் கூட்ட
ஒப்பனையில் இறங்கியது.
மணத்தைக் கூட்ட
திரவியங்கள் பூசியது.

வரிசையில் நிற்கும் பூக்கள்
வரிசையை மீறும் பூக்கள்
கொத்தாய்த் திரண்டு கோஷமிடும் பூக்கள்
கொத்துக்கள் திரட்டி லாபமுறும் பூக்கள்
தனியாய்க் கிடந்து மறுகும் பூக்கள்
தனிமையை ருசிக்க விலகும் பூக்கள்
    நந்தவனம் இப்போது அங்காடி.

பூக்களின் நெரிசலற்ற சாலைகள் இல்லை.
பூங்காக்கள் இல்லை ஆலயங்கள் இல்லை
வாகனங்கள் இல்லை நெரிசல் இல்லாத
கணமும் மூச்சுத் திணறாத உயிரும் இல்லை.

இதோ, என் தோளில்
கிறங்கிச் சாய்கிறது ஒரு பூ.
இறங்க வேண்டிய இடம் எதுவோ, பாவம்.
கரைந்துவிட்ட குழந்தைமையின் மிச்சம்
எச்சில் கோடாய் ஒழுக
வேனிற்காலப் பகல் பயண
அலுப்பை என் தோளில் இறக்கிவைத்து
ஆனந்தமாய் உறங்குகிறது.

உள்ளுணர்வின் விதிர்ப்பில்
பதறி விழித்து உரத்துக் குரலெழுப்பி
பாய்கிறது வாசல் நோக்கி. அவசரத்தில்
தன் இதழ் ஒன்றை
விட்டுப் போகிறது என்
சட்டைப்பையில்.

●

## நெடுங் கணம்

தீவிர சிகிச்சைப் பிரிவுக்கு வெளியில்
ஏழெட்டுப் பேர்.
அனைவருக்கும் பொதுவாய் விசிறும்
கூரைக் காற்றாடி
மந்தமாய்ச் சுழல்கிறது.
யாராவது போக வர
திறந்து
குளிர் பெய்து
மூடும்
கண்ணாடிக்கதவு.
    உள்ளே
நினைவுக்கு அப்பால் என்
இருபது வருடத் துணைவி.
மூடிய கண்களுக்குள்
ஒளியற்று ஓடும் காட்சிகளில்
நானும் இருக்கிறேனா?

முகத்தையும் மறைத்து
வெள்ளைத் துணி போர்த்திய
சிற்றுடம்பொன்று வெளியேறுகிறது
சக்கரப் படுக்கையில்.
    அலறிக்கொண்டே
பின்தொடர எழுகிறார்கள்
அந்தப் பேரிளம்பெண்ணும்
முன்நரை விழுந்த தகப்பனும்.
அடிவயிறு கனக்கிறது எனக்கு.

எம். யுவன்

திடீரென்று
மூன்றாவது இருக்கை இளம்பெண்
விசித்து விசித்து அழ ஆரம்பிக்கிறாள்.
இரண்டு நாளாய்க் காத்திருந்ததில்
வறண்டிருந்த கண்கள்
உறுத்துவதை உணர்கிறேன்.

கண்ணுக்கொரு துளியாய்த்
திரளும் கண்ணீர்
யார் பொருட்டுத் துளிர்க்கிறது என்பதுதான்
தெரியவில்லை.

உண்ணவென்று எடுத்த கவளத்தை
அருகிலிருந்த மகனுக்கு ஊட்டினேன்.
இடைப்பட்ட வேளையில்
அரிசியின்மேல்
எழுதியிருந்த பெயர்
மாறியதோ என்னவோ.
சிந்திய பருக்கையை
இழுத்துச் செல்லும் எறும்பின் பெயர் என்ன?
அதுசரி, எறும்புகளின் உலகத்தில்
பெயர்கள் உண்டா?

இன்னமும் கால்பாவாத
சின்னஞ்சிறு பிஞ்சு
உணவின் ருசி மறுத்து
முதன்முதல் அடிவைத்து
தன் பெயர் தேடி
இடறி இடறி நடக்கிறது.

எழுதப்படாத பெயர்ப்பலகை
தொங்கும் இடங்கள்தாம்,
அம்மாடி, எத்தனையெத்தனை?
ஒரு துணியின் மேல்
ஒரு இருக்கையின் மேல்
ஒரு கூரையின் கீழ்
ஒரு குவளை நீரின் மேல்

சாளரமாய் உள்நுழைந்து வெளியேறும்
காற்றுத் துணுக்கின் மேல்
புணர்ச்சியில் துளிர்க்கும் வியர்வைத்
துமியின் மேல்
அலங்காரமாய்ச் சொல்லப்பட்ட
ஆறடி நிலத்தின் மேல்

பெயர்ச் சொற்களுக்கு ஊடாகவும்
அப்பாலும்
நகரும் பொழுதின்மீது
வெளிச்சமும் இருளும்
துலக்கமற்று முயங்கிய வேளை
எழுதிச் செல்கிறது ஏதோவொரு பெயரை.

இதோ,
பெயரற்ற மேகங்களை நகர்த்திச் செல்கிறது
பெயரற்ற காற்று
பெயர் சூடிய நிலத்தின்மீது
பொழிந்து தீர்வதற்கென்று.

●

நனவிலிருந்து கனவுக்கு இட்டுச் செல்லும்
வழுக்குப்பாதையில்
முன்னொருநாள் நான் பார்த்து
மறந்துபோன
பெயர்தெரியாப் பறவை
குக் குக் குக் குக் என்கிறது.
பகல்தோறும் வாடி
இரவுகளில் முகிழ்க்கும்
புதுவகைப் பூவின் இதழ்களில்
சற்றுமுன் இருந்து தேய்ந்த
அந்தியின் மஞ்சள் வெளிச்சம்
ஒட்டியிருக்கிறது.

ஒரு நாளும் இன்னொரு நாளும்
வேறுபடும் இடம்
மழைநாள் கண்ணாடிச் சுவரினூடாகத்
தென்படும் காட்சியென
கலங்கித் தெரிகிறது.
குளிர்பதன அறையின் உள்மடிப்பில்
வெம்மை அடங்காத ஆழத்திலிருந்து
தானாய் உயர்ந்துவரும் குமிழியில்
முன் அறியாத பெண்ணொருத்தி
இருந்த இடம் விட்டு விலகாமல்
கிடக்கிறாள்.
அவ்வப்போது முகத்தை மாற்றி
உடலின் வளைவுகளை
நிரந்தரமாய் வைத்திருக்கிறாள்.

சிலநேரம் பரிவாய்
சிலநேரம் தாபமாய்

சிலநேரம் கேலியாய்
சிலநேரம் கோபமாய்
மாறிச் சுழிக்கும் உதடுகளின்
தளையை நீங்க உன்னுகிறேன்.

    அடேயப்பா,
என்றோ முடிந்து போன
முத்தத்திலிருந்து விலக
எத்தனை நேரம் பிடிக்கிறது!

மழலைப் பேச்சில் இலக்கணம்போல
வளைந்தும் நெளிந்தும்
கிளை திருகித் தலை பரப்பி
சுற்றுச் சுவரையொட்டி நிற்கிறது,
மரமாகும் பாதையில் நகர்ந்து
உடல் பெருகிய தீக்கொன்றை
முதன்முதல் இலையுதிர்காலத்தை
சந்திக்கிறது.

காற்றுடன் கொள்ளும்
முதல் சல்லாபத்தில் சிந்திய துளியிலைகள்
பொற்சொட்டுகளாய் முற்றமெங்கும் சிதறிக்
கிடக்கின்றன. பால்ய நாட்கள்
எட்டாத் தரையில் வீழ்ந்திருப்பதை
ஆழ்ந்த சிந்தனையோடு
தலைகவிந்து பார்க்கிறது என்போல்
என்றுதான் முதலில் நினைத்தேன்.

அல்லது, நாணமோ?
புதைந்து மறைந்திருக்கும் ஆணிவேரால்
தரையின் உட்புறம்
வட்டக் கோலம் இடுகிறதோ?
இதுவும் சரியில்லை. என்னை
அல்லது என் மகளைப்
போன்று இல்லாத கொன்றை
ஆணா பெண்ணா என்பது
அத்தனை தெளிவில்லை.

இன்று பெய்த மழையில்
சமமாய் நனைந்தோம் நானும் கொன்றையும்.
எனக்கு
மொழியிலும் உண்டு மழை.

வெளியில் உள்ள மழை
உடலை நனைக்கும். மற்றது
உடலின் ஆழத்தில் வேறெதையோ
நனைக்கிறது. கொன்றை நனைவது
எந்தெந்த இடத்தில்?

ஒட்டியும் விலகியும் இங்குமங்கும்
நான் அல்லாடுகிறேன். கொன்றையோ
பேதமறியாத வெகுளியாய்
யாரும் போகும் தெருவில் அம்மணமாய்
பருவத்தின் நிரடலுக்கு முழுக்கத் திறந்து
வெளிவாசலின் ஆகாயத்தை நிரப்பி
நிற்கிறது தன்பாட்டுக்கு.

●

ஒரு பறவை கூவி
சொட்டத் தொடங்கும் வெளிச்சம்
மெழுகுப் பதத்தில் அறைக்குள்
வழிகிறது.

இமை திறந்தும் பார்வை திறக்காத
இருட்டுக்குள் கட்டவிழ்ந்து
பின்னோக்கி விரையும் நாய்
ஏதோ ஒரு நாளின்மீது
பின்னங்கால் உயர்த்தி
சிறுநீர் கழிக்கிறது.

அவிந்த கணப்பின் சாயலுடன்
சாம்பல் பூத்த நாளில்
யாவும் இருக்கிறது அதனதன் இடத்தில்.
அன்று பூத்த மலரொன்று
பிராயம் தப்பியும் மணமிழக்காத
விந்தையை வியந்தவாறு
வந்து சேர்கிறேன்
இன்றின் நுழைவாயிலில்.

முந்தின இரவின் முத்த மிச்சம்
கடைவாய்க் கோடியில் ஒழுக
உறங்குகிறாள் இவள்.
இச்சையின் வாடை
முற்றிலும் விலகாத
தலையணை நீங்கி
ஜன்னல் பறவையைக்
கேட்க எழுந்தேன்.
    உங்கள் உலகத்தில்
    காதல் உண்டு – கூவல் சாட்சி.
    கலவி உண்டு – முட்டைகள் சாட்சி.
    கைக்கிளைச் சித்திரமாய்
    மைதுனம் உண்டா?

●

எம். யுவன்

செயற்கையாய் அமைந்த அகழிக்கு
அந்தப்பக்கம் உருவான புல்தரையில்
தனியாய் நின்றிருந்த
அதன் சலனங்களில்
நான் கண்ட மெல்லிய துயரம்
நிஜமாகவே இருந்ததா
என் கற்பனையா,
எப்படிச் சொல்ல?

மரத்தின் பிரியமாய்த் துளிர்த்த
குழைகளை ஒடித்து
தின்ன மனமின்றி வீசியது.
மூதாதையர் நிலத்தின் ஞாபகமோ
கப்பலில் வந்த நாட்களோ
சின்னஞ்சிறு கண்களில் பளபளப்பு.

ஆப்பிரிக்க யானை என்று
பெயர்ப்பலகை விளம்பியது.
அடேயப்பா, இரண்டு முற அகலம் என
காதுகளை வியந்தேன்.
துதிக்கையின் புறங்களில்
கொடுவாள்போல் நீண்டிருந்த
தந்தங்களைப் பயந்தேன்.

சுருட்டைமுடியும் இன்றி
மாநிறமாய் இருக்கிறானே என்று
அதுவும் வியந்திருக்கலாம்.

கேட்டுச் சொல்ல ஆளில்லை.

●

தீராப் பகல்

பெருவெடிப்பு நிகழ்ந்த
நாளும் முகூர்த்தமும் துல்லியமாய்க்
கணிக்கக் கூடவில்லை கணிப்பதற்கு
ஆளில்லையென்பதால். ஆயினும்
பின் வந்த
சிறுவெடிப்பு ஒவ்வொன்றும்
தேதிவாரியாய் பதிவு கொண்டன.

வெடிப்புவாரியாய்
ஆனந்தம் கொண்டாடச் சிலரும்
துக்கம் கொண்டாடச் சிலரும்
காரணம் புரியாது திண்டாடப் பலரும்
தாறுமே உருவாயினர்.

இன்றுவரை நான்
கோடற்ற இடத்தில் சாலையைக் கடந்ததில்லை.
ஒழுங்காய்ப் படிக்காமல் தேர்வெழுதச் சென்றதில்லை.
வரிகள் எதையும் கட்டாமல் விட்டதில்லை.
நோன்புகளைக் கடைப்பிடிக்க மறந்ததேயில்லை.
பிதுர்க்கடன் தீர்க்காத திதிகளும் இல்லை.
தாமதமாய் அலுவலுக்குச் சென்றதும் இல்லை.

ஆனாலும்,
சற்றுமுன்
யந்திரத் துப்பாக்கியுடன் பெட்டிக்குள்
ஏறிவந்த காவலர்
என்னைத் தேர்ந்தது
ஏன் எதற்கு எப்போது
எதுவும் புரியவில்லை.

    ஒருவேளை,

கைப்பையிலும் சட்டைப்பையிலும்
சருமத்திலும் சதையிலும்
எலும்பிலும் எலும்பு மஜ்ஜையிலும்
ஒளிந்திருக்கும் வெடிபொருளைக்
கண்டறியும் நிலைவாசல் தாண்டி
வந்ததில் கொண்ட நடுக்கம் உணர்த்தியதோ.
அல்லது, அன்றாடத்தின்
ஒவ்வொரு மூலையிலும்
உதைபடும் பந்தென நடுங்கும் உடல்
காட்டிக்கொடுத்ததோ?

அவர் திறந்து சோதித்து
விட்டுப் போன பையின்
வாய் திறந்தே கிடக்கிறது. அதை
மூடுவதற்கு
கூசுகிறது என் கை.

சென்ற முறை வந்தபோது
எனக்குத் தெரிந்தது ஒன்றுதான்,
தாயகம் திரும்பிய டச்சுக்காரர்
கப்பலில் ஏற்ற முடியாது
விட்டுச் சென்ற கோட்டை இது.

மற்றபடி, எதுவும் தெரியாது.
சின்னங்களைப் பழமை கெடாமல் காக்க
வேண்டுமென்றோ
சாவி நுனியால் சுவரில் பெயர் கீறாதிருக்கவோ
படிக்கட்டில் துண்டு சிகரெட்டை நசுக்காதிருக்கவோ
கோட்டையை விடவும் பழைய உணர்ச்சிமுன்
மண்டியிட்டு
முத்தமிட முனையும் இணையை உறுத்துப்
பார்ப்பது தகாதென்றோ
தெரியாது.

இருபது வருடம் கழித்து இன்னமும்
விறைப்பாய் இருக்கிறது கோட்டை.
குன்றா இளமையுடன் மோதும் கடற்காற்றை
ஏளனம் செய்யும் வர்ணப்பூச்சுடன்
பொலிகிறது.
இப்போது
நான் நுழைவது
கோட்டையின் முகப்பிலா என்
ஞாபகத்தின் பின்வாசலிலா என்று
திகைக்கிறேன்.

டச்சுக்காரரை போர்த்துக்கீசியரை
பிரெஞ்ச்சுக்காரரை ஆங்கிலேயரை
சீனரை ஆப்பிரிக்கரை
இன்னும்
நாடு பிடித்தவரை நாடு கொடுத்தவரை
அப்பால்
நியாண்டர்தால் மனிதரையும்
ஏக்கம் கொள்ளவைக்கும்
முறிந்த முத்தமொன்று
என் பின்மண்டைக்குள் தேன் குடிக்கிறது
படபடபடவெனச் சிறகடித்து.

●

ஆளரவமற்ற வீட்டில்
தேநீருக்காகக் கொதிக்கும் தண்ணீர்
தளதளத்துக் குமிழியிடும்போது
என்றோ விழுந்துவிட்ட கடைவாய்ப் பல்
மாங்காய்ப் புளிப்புடன் கூசும்போது
மொழி தெரியாத ஊரின் உணவகத்தில்
வேண்டியதை சைகை காட்டிவிட்டுக்
காத்திருக்கும்போது
முழங்கால் நோவைப் பொருட்படுத்தாது
மலையுச்சியேறி ஆகாயத்தை அருந்தும்போது
காட்சிசாலையில் உறங்கும் கூண்டுப்புலி
மெல்லக் கண்திறந்து உறுத்துப் பார்க்கும்போது
சம்போகத்தின் உச்சம் நோக்கி முறுக்கிச்சென்ற
கயிறு எதிர்ப்புறம் சுழன்று தளர்வுறும்போது
சிதைப் புகை வளையமிட்டு உயர்வதை
மனத்துள் பார்த்தபடி
திரும்பிப்பாராமல் திரும்பும்போது

இன்றுதானா இது
இன்னொரு நாளா என்று
மலைக்கத்தான் செய்கிறேன்.

பற்ற வைக்கும் சிகரெட்டின் புகை
வடிவமற்று வெளியேறி
காற்றில் முன்னேகி
கலைந்து மறைகிறது.

●

புதைபாடுகளை நீங்கி எழுந்து
தற்போதுக்குள்
வந்துசேர்ந்த குரல் ஒன்று
உன்னைப் பெயர் சொல்லிக் கூவுகிறது.

வெறுங்கையுடன் வனமிருகங்களை எதிர்கொள்ள
இயலாத குகைவாசியின் குரலா
சாம்ராஜ்யத்தை விஸ்தரிக்கக் கிளம்பி
அந்நிய நாட்டுப் பாசறையில்
அல்பாயுசில் மரித்த சக்கரவர்த்தியின் குரலா
புதிய செய்தியை விளம்ப எழும்பி
அரசின் கையால் மரணமுற்ற ஞானியின்
குரலா
கிருமிகளுக்கெதிரான போரில் தன்
உடம்பை சோதனைச்சாலையாக்கிய
தியாகியின் குரலா
உன்னை முதன்முதலாய் ஆணென
உணர்த்திய பெண்ணின் குரலேதானா
அல்லது
பெண்ணென உணரவைத்த
ஆணின் குரலோ

அல்லது அல்லது

தன் இன ரத்தசுத்திக்காக
மாற்றினத்தைக் கொன்றொழித்த
ஆட்சியாளக் குரலா

பெறுமானம் ஏற்றிய தாள்களைக் குவிக்க
மில்லியன் மில்லியன் மனிதத் தலைகள்
மீதேறி நடந்துசென்ற வித்தகக் குரலா
இயலாமையின் வித்துகளைத் தூவிச் சென்ற
ரட்சகக் குரலா

யாருக்குத் தெரியும்?
ஆனால்,
குரல் கேட்ட ஒரு கணத்தில்
நீ அல்ல நீ.
மணிக்கட்டை நொடிக்கொருதரம் வெறித்தபடி
நெரிசல் மிகுந்த சாலையின் கோடியை
உறுத்துப் பார்த்தபடி நீயும்
உன்னை வேவுபார்த்தபடி நானும்
காத்திருக்கும் இந்த நிமிடத்தில்
சரித்திரத்தில் இல்லாத பதில் குரலாக
குழறுகிறது ஒரு காக்கை.
உன் பேருந்து
இப்போதுதான் கிளம்பியிருக்கிறது
உன்னால் காண முடியாத ஏதோ
ஒரு நிறுத்தத்திலிருந்து.

வட்டாட்சியர் அலுவலக அடையாளமாய்
நின்றிருந்த அரச மரத்தடியில்
சோர்ந்திருந்தேன். கையிலிருந்த
வெற்றுத் தாளை வெறித்தபடி. என்
வாழ்வில் முதல் தாள் நுழைந்த நாள்
எதுவென யோசித்தபடி. இதுவரை
கொடுக்க நேர்ந்த மனுக்களின்
எண்ணிக்கை கோத்தபடி.
வேண்டிய ஆளைப் பார்க்க உள்ளே
போன தரகர் வருகையை எதிர்
நோக்கியபடி.

மரத்திலிருந்து
விழுந்ததா குதித்ததா உதிர்ந்ததா
தெரியவில்லை
கையில் பிடித்த தாள்மீது கட்டெறும்பு ஒன்று.
விளிம்புநோக்கி விரையும்
எட்டிப்பார்த்துத் திரும்பும்
மறுவிளிம்பில் வெளியேறப் பார்க்கும்
மறுபடி மையம் வந்து
சேரும் சலிப்பின்றி
போராடும் தனிநபர் இயக்கமாய்
ஏதோவொரு மூலை நோக்கி
ஓயாமல் போய்ப்போய் வந்தது.

இன்னுமொரு தடவை
தரகருக்காகத் தலைதிருப்பி
பார்வை மீண்டபோது எறும்பைக் காணோம்.
விழுந்ததோ குதித்ததோ உதிர்ந்ததோ.
கையிலிருந்த தாள் கனத்தது –
இருந்த துணையையும் இழந்த மனம் போல.
வெற்று வெண்பரப்பில்
கண்ணுக்குத் தெரியாது
ஏகப்பட்ட பாதைகளின் வலைப்பின்னல்
படிந்திருந்ததைக்
கண்டேன்.

●

எம். யுவன்

மண்புழுக்கள் இரவில் தூங்குமா?
அதைவிட,
மண்ணைத் துளைந்த புழுவுக்கு
இரவுபகல் உண்டா?
    ஆராய்ச்சியாளரிடம் கேட்கலாம்.
    விடை கிடைக்காது,
    தோராயம்தான் கிடைக்கும். அதுவும்கூட
    பூமிக்குள் நுழைந்து பார்த்தது அல்ல.
மண்புழுவிடமே கேட்கலாம்.
பெண்புழுவிடம் கேட்டால் இன்னும் உசிதம்.

    தூக்கம் உண்டு எனில்
உறங்க மறுக்கும் குஞ்சுகளைத்
தாயார்கள் தாலாட்டுவதுண்டா என்றும்
கேட்கவேண்டும்.
ட்ராக்டர் காலப் புழுக்களுக்கு
கலப்பைக்காலம் போல
இசையார்வம் உண்டா
மண்புழுவின் துயரப் பாடல்தான்
இரவின் இருளென ரீங்கரிக்கிறதென்று
கதைசொன்ன பாட்டி
புதைந்துவிட்டாளே, புழுக்களின்
குடியிருப்பில் கைவைத்தியம் சொல்கிறாளா

    காங்க்ரீட் நகரத்தின்
இரவுகளில் இருளின் ஒலியாக
நான் கேட்கும் ரீங்காரம்

இடம் பெயர்ந்த புழுக்களின் சங்கீதமா
கனவுபோல மறைந்த பால்யத்தை
மீட்க முயலும் பேராசையா
கதைப்பாட்டியின் நினைவு தரும்
பிரமையா, அல்லது
உறக்கம் வராமல் தவிக்கும் புழுவின்
தன்னுணர்வா?

●

தீராப் பகல்

பள்ளிக்கூடம் விட்டுவந்த குழந்தைகளின்
கும்மாளத்தில்
வேலியோரச் செடிகள்
உற்சாகமாய்த் தலையசைத்துப்
பங்கேற்கின்றன. வெம்மை தணிந்து
வெளிச்சம் கனிந்த பகல் பொழுது
இன்னும் பெயருறாத வேளையாய்த்
திரள்கிறது. அதன் முன்னறையில்
கூடுதிரும்பும் பட்சிகளும்
வீடுதிரும்பும் மனிதர்களும்
நிரம்புகிறார்கள்.

      அதோ,
பதட்டமாய்ச் சிறகடித்து அலைகிறது
ஒரு வண்ணத்துப் பூச்சி.
பணிநிமித்தம்
பகல் முழுக்கப் பரபரத்து
இடையறாது
திரிந்த சமயத்தில் கவனம் தவறி
சிறகின் நிறம் எதுவும் சிந்தியதோ
என்னவோ.

      ஒவ்வொரு பூவின்
மேலும் ஒவ்வொரு விநாடியின்
மேலும் அவசரமாய் அமர்ந்து
அமர்ந்து எழுந்து பறக்கிறது. என்
மனத்தின் தரையிலும் ஒருமுறை
வந்து
தேடிப் போகிறது.

●

மீன்களும் இப்படித்தான்.
சின்னஞ்சிறு பூச்சிகள் புழுக்கள்
தன்னைவிடச் சிறிய மீன்கள்
    இவை போக,
அழுக்கையும்
புசித்து உயிர்வாழும்.
பசியற்ற பொழுதில்
தூண்டில்புழு எதிர்ப்பட்டால்
அக்கறையற்றுத் தாண்டிப் போகும்.
பருவத்தே இனம்பெருக்கி
குஞ்சுகள் சூழ நடமாடும்.
உல்லாச வேளைகளில்
நீருக்கு மேல் அரைவட்டமாய்
கரணம் போடும்.
சமுத்திரமில்லை
தொட்டிதான் என்றறியாமல்
உல்லாசமாய் விளையாடித் திரியும்.

    அவ்வப்போது
பிறவிக்கு வெளியில் நகர்வதென
நீர்ப்பரப்பின் தரைசேர்ந்து
முகம் மலர்த்தி
செப்புவாய் திறந்து
ஆசையாய் உண்ணும்
ஒரு துளி
ஆகாயத்தை.

●

## அந்தரங்கம்

தாளம் தப்பாமல் பருவங்கள் சுழலும்
மைய அச்சின் திருகாணியொன்று
மரை கழன்றதெனப் பேரோசை.
கடகடகடவென்று திசைகளெங்கும்
ஒலித்தும் எதிரொலித்தும் ஓய்ந்த மாத்திரத்தில்
பொழியத் தொடங்கிய தாரைகள் முதலில்
தரையை மட்டும் நனைத்தன. பிறகு
மனங்கள் நனைந்தன. சாடியேறிய தெருவாசிகள்
தத்தம் வீடுகளில் சிறைபுகுந்தனர்.
தார் பூசிய புறநகர்த்தெரு
கால்வாயாய் மாறியது.
கழிக்கும் நீரின் ஓட்டத்தை எதிர்த்து
நீந்திப் பழகிய குட்டிப் பாம்பு.
ஆளற்ற வீட்டில் களவாடப் புகுந்த பூனையென
தெருவில் பரவிய இருளின் நிறத்தில்
ஈரத்தின் நைப்பு.
எதிர்ச்சாரிக் காலிமனைகளில்
உள்ளூர்த் தவளைகளும் இடம்பெயர்ந்த தவளைகளும்
ஆனந்தமாய் இசைக்கும் சங்கீதம்
சுதிசுத்தமாய் இருந்தது. நூற்றுக் கணக்கில்
கலைஞர்கள் பங்கேற்ற இசைவேள்வியில்
ஒரு குரல் மட்டும் கவனத்தைக் கவர்ந்தது.
சிறுகச் சிறுக விலகி ஓங்கி ஒலித்த குரல்
அபசுரமாய் இல்லை. தவளைக்
குரல் போலவும் இல்லை.

பிறவியின் ஆனந்தமும்
மரணத்தின் ஆதங்கமும்
ஒருசேர வாய்த்ததை
உரத்துக் கூவிய ஒற்றைக்குரலில்
மெல்ல மெல்லக் குவிந்தேன்.
தியானம் போல
வெகுநேரம் கேட்டபின் புரிந்தது
அந்தக் குரல் ஏதோவொரு பெயரை
மீண்டும் மீண்டும் அழைக்கிறதென.
இன்னும்
ஊன்றிக் கேட்டபோது தெரிந்தது,
அது என் பெயர்தான்.

# புரியாச் சிறுவன்

எனக்கும்தான் புரிவதில்லை

உறக்கமும் விழிப்பும் முயங்கிய
பொழுதுகள்
எனக்குள் மலர்வது எதற்காக என்று.

இரவும் பகலும்
அந்தியும் விடியலும் அற்ற
இரட்டைப் பொழுதுகளில்

    ரயில் விரைகிறதா
    தரை விரைகிறதா

    வீடுவரை உடன்வந்த நிலா
    வீட்டுக்குள் ஏன் வருவதில்லை

    மேற்பரப்பில் ஒட்டி
    தலைகீழாய்ச் சுழன்றும்
    சமுத்திரத்தின் ஒருதுளியும்
    சிந்தாதது எப்படி

    ஆரஞ்சு நிறத்தில் தகதகக்கும் வானத்தை
    தீப்பற்றி எரியும் பெருங்கடலின் விளிம்பை
    அலையுரசும் மணல்கோட்டில் கால்நனைந்து
    மாந்தும் ஒரு கணத்தில்
    நான் ஆணா பெண்ணா

    முற்றத்தில்
    என் கண்ணுக்குத் தப்பிய
    எதையோ கொரித்துக்கொண்டு நடைபோடுவது
    அன்றைய பகல்பொழுதின் கடைசிக்குருவியா

எது என் துக்கம்
கனவு கலைந்ததா
அதைக் கனவென
அறிந்ததா

விரல் நுனியில் ஒட்டி
விலக மறுக்கும் உலகத்தை
உதறுவது எங்ஙனம்

என்னோடு பிறந்து எனக்குள் வளர்ந்தும்
என் வயதை எட்டாத அவனை
என்ன செய்வதென்றும்
புரிவதே யில்லை.

ஆகாய வெளிர்நீலத்தை
குறுக்காக ஒரு கரும்புள்ளி
கீறிச் செல்கையில் நானும்
உடனெழுந்து பறக்கிறேன் –
    இத்தனைக்கும்
    என் விலாவில் கிளைத்தவை கைகள்தாம்
    சிறகுகளல்ல.

ஜன்னலோர இருக்கையில்
உறக்கம் கலைந்து திடுக்கிட்டெழும்போது
வெளியில் விரியும் மைதானமளவும்
    அதற்கப்பாலும்
விரிந்து படர்கிறேன் –
    என்
    இடுப்புச் சுற்றளவு முப்பத்திரண்டு
    தோள்பட்டை நாற்பது அங்குலம்.

சென்ற நூற்றாண்டில் இறந்த பாடகர்
இன்றைய குறுந்தகட்டில்
சுழன்றுயர்கையில் என்னுள்
ஆவிபோல் எழுந்தேறும் சங்கீதம்
அசலைவிடச் சிலவேளை அற்புதமாய்
இருக்கும் –
    என் வயது வெறும் நாற்பது.

முன்னிரவில் உறக்கம் பறிகொடுத்து
ஆகாயத்தில் ஏதேனும் ஆறுதல்
தேடி ஏங்கி வெறிக்கும்போது
கணநேரத் துணையாய்
விண்மீன் கூட்டத்தில் ஒரு புள்ளி மட்டும்
சற்றே நகரும். மனம் மலர்வேன் –
    என் உயரம் ஐந்தடி நாலங்குலம்.

செய்தித்தாளில் தொலைக்காட்சியில்
பல்கலைக்கழகத்தில் அரசவைகளில்
பட்டங்கள் சூழ்வதும் யார்யாரோ ஆள்வதும்
என் சிறுவயதுப் பட்டப் பெயர்
நினைவூட்டும் –
    நத்தை.
    கூட்டுக்குள்ளும் புத்தகத்துக்குள்ளும் சதா
    ஒளிந்துகொள்ளும் நத்தை.

இன்றும்
கடற்கரை மணலில் குழிந்திருக்கும்
புட்டப்பதிவின் அகல ஆழங்களை வைத்து
அமர்ந்தெழுந்து போன யாரோவின்
கதையைப் புனைந்துகொள்கிறேன் –
தற்செயலாய்க் கண்டெடுத்த
கட்டைவிரல் நகத்தை வைத்து
ராஜகுமாரியை வரைந்த ஓவியன் போல.
என் உணர்கொம்புகள் அதிக
நீளமில்லை –
    ஓரங்குலம்தான்.
    பூமிப் பந்தின் விட்டத்துக்கு வெளியே
    ஓரங்குலம்.

●

## பங்காளி

இன்று காலை தொலைபேசி ஒலித்தது.
அழைத்த குரலை உடனடியாய்த்
தெரிந்தது. அடிக்கடி கேட்பதுதான்.
என்றாலும், பணிவாய்ச் சொன்னது.
'நான்தான், பிசாசு பேசுகிறேன்.'
குரலில்தான் எத்தனை குழைவு.

'என்ன வேண்டும்' என்றேன்.
கேளாமலே சகலமும் நல்கும் பிசாசுக்கு
கேட்டதை உடனே தரவேண்டாமா?
கடவுளின் செல்போன் எண் வேண்டுமாம்.

அதிகம் பார்த்ததில்லை.
மொட்டைத் தலைகளும் உண்டியல்களும்
மண்டிய வளாகத்தை நீங்கி
அவர் காலைநடை செல்கையில்
பார்த்திருக்கிறேன்.
ரயில்நிலைய வாசலில் தாய்தகப்பனைத்
தொலைத்த அயல்மொழிக் குழந்தை
அழுதுகொண்டு நின்றபோதும் பார்த்தேன்.
வெள்ளத்திலும் புயலிலும் வறட்சியிலும்
சருகுகள்போல் ஜனங்கள் உதிர்ந்த நாட்களில்
தொலைக்காட்சித் திரைமுழுக்க நிரம்பினார்.
சீறிப் பொழியும் உயிரியல் ஆயுதங்கள்
முதியோர் பெண்டிர்
குழந்தைகள் ஊனர் என்று
அகதிப் பிராணிகளை இரவிலும் பகலிலும்
ஓயாமல் துரத்துவதை
டீக்கடைச் செய்தித்தாள் வாசகரின்
தோள்வழியே எட்டி
கையாலாகாமல் படிப்பார்,
பார்த்ததுண்டு.

எம். யுவன்

கடைசியாய்ப் பார்த்தது
மின் ரயிலின் கூட்ட நெரிசலில்
வியர்த்து விறுவிறுத்து பிடி இழந்து நான்
அல்லாடியபோது.
'தொடர்பு
விட்டுப்போய் வெகுநாளாகிறது. கைவசம்
இருந்த எண்ணும் தொலைந்துவிட்டதே'
என்று சொல்லி இணைப்பை முறித்தேன்.

அது சரி,
பிசாசுக்கு எதற்குக் கடவுளின் எண்?
ரகசிய ஒப்பந்தம் எதுவும் இருக்குமோ?
யாரை நம்பி அந்தரங்கத்தைத் திறக்க?
    எல்லாம் போக,
எவ்வளவோ பேரை விடுத்து
என்னிடம் ஏன் கேட்டது பிசாசு?

●

எங்கிருந்து வந்தேனென
தினையளவும் நினைவிலில்லை.
வலசை வந்த பறவை
திரும்பிச் செல்லும் வழியில்
சிறகாற்றக் கிடைத்த இடமென
எனக்கென ஒரு தீவை
உருவாக்கிக் கொண்டேன்.

தீவின் தரைப்பரப்பில்
கார்களென விரையும் காற்று
பகலில் மெர்க்குரி விளக்காய்
அந்தியில் ஸோடியம் ஆவியாய்
ஒளிரும் வெளிச்சம்
காட்சி வராத தொலைக்காட்சிப் பெட்டியின்
மின்னணுப் புள்ளிகளாய் மினுங்கும்
கடலலைகள்
வாக்களிக்கக் காத்திருக்கும் குடிகளென
சலிக்காமல் தலையாட்டும் மரங்கள்
உற்சவ நாளின் தெருக்களில்
சட்டென்று பூக்கும் பெண்களென மலர்கள்

உருவானதல்ல தீவு
நானே ஆனதுதான் என
நேற்றுத்தான் அறிந்தேன்.

என் தனியிடத்தின்
இருளை நீக்கி
இதோ நகர்கிறது நிலா.

காற்றில் மிதக்கிறதா
ஆகாயத்தில் ஊர்கிறதா
இனம் புரியவில்லை.

கூரைக்குள் வருவதில்லை எனினும்
நான் நடந்தால் உடன் வருகிறது.
காணாமல் போகும் நாட்களில்
எங்கேதான் செல்கிறதோ?

இருக்கும் நாட்களில்
சந்திக்கும் வேளைகளில்
வட்டமாக முகம் மலர்ந்து சிரிக்கிறது
இப்போது போல.

மோட்டார் ஓசைகள் நெரியும்
தார்ச்சாலை விளிம்பில்
பஞ்சவர்ணக் கிளிபோல நிற்கிறாள்.
அப்பாவின் நெற்றி
அம்மாவின் நாசி
ஆண்கள் நிரம்பிய உலகமென்று
இன்னமும் அறியாத கண்கள். லேசான
கொசுத்தூறலில் பளபளக்கும் முகம்.

இருட்டின் முன்னறிவிப்பாய் இறங்கிப் பரவும்
அந்தியின் சாரல் குளிர்கிறது எனக்கு.
குதூகலம் போலும் அவளுக்கு
தோள் குலுக்கி பாதம் தட்டி
ஆனந்திக்கிறாள்.

வெகு அருகில் நிற்கும் முகத்தில்
என்றோ தொலைவில் மறைந்த முகத்தின்
காதல் வரிகள் உயிர்கொள்கின்றன.
சாயல் அறிய உதிக்கும் தெருவிளக்குகள்.

வாலிபத்தின் எரவாணத்தில் சொருகிக்
கிடந்து துருவேறிய ஆசைமுகங்களை
ஒவ்வொன்றாகத் தேடி எடுத்துப்
பொருத்திப் பார்க்கிறேன்.
சரளமாய்க் கழற்றிவிட்டு

நகருக்குள் வந்த மான்போல
பராக்குப் பார்க்கிறாள்.

கிட்டத்தட்டப் பொருந்தும்
முகமொன்று கிடைக்கும் தறுவாயில்
வந்து
நின்று
கவர்ந்து செல்கிறது
பேருந்து.

●

எம். யுவன்

பூமி குளிர்ந்த நாளில் இறுகிய
குன்றின் அடித்தண்டில் புடைத்து நிற்கும்
மூலவரின் வயது ஆயிரம்
என்கிறார்கள்.
பெருமாளின் வயது முடிவாகவில்லை.
மேக நிழல் படியும்
மதில் சுவரில் புத்தம் புதிய
காவி வெள்ளைப் பட்டைகள்.

படிப்புக்காகக் கடல்தாண்டிப் போன மகன்
அங்கேயே குடியமர்ந்தால் தேவலை,
மகளுக்கு மணமகனாய் வருகிறவன்
குணவானாய் இருக்க அருள்செய்,
இத்தனை காலம் உடன்வாழ்ந்தவள்
இனியும் நலமாய் இருக்கச் செய் இறைவா.
    மூச்சின் வேகத்தில்
    பீறுகிறது பிரார்த்தனை.
    ஓயாமல் கசிகிற கண்கள்.

வெளியே வந்தேன்.
நாங்கள் வந்த காருக்கு அருகில்
பெருமாளின் சிவிகை.
    எதிரில்
கொட்டடி வேலிக்குள்
வெறித்த கண்களுடன்

ஒற்றையாய் நின்றிருந்தது
ஆயிரத்திச் சொச்சம் மைல்கள்
தாண்டி வந்த ஒட்டகம்.
    அருகில்
உள்ளூர்ப் புல்லை
உவந்து தின்கிறது குட்டி.

●

தீராப் பகல்

கொலுசணிந்த பாதங்களும்
காதோரம் ரோமம் பூசிய கன்னங்களும்
வளையல் குலுங்கும் கரங்களும்
ததும்பும் உதடுகளும்
கனவில் வராத நாட்கள் இவை.
முலைகளின் இடத்தை நரைமுடியும்
முறுவலின் இடத்தை முகச்சுளிப்பும்
சுவாசத்தின் இடத்தை இருமலும்
வாசனையின் இடத்தைக் களிம்புகளும்
கவர்ந்துகொண்டது எப்படி?
பெறுமானம் அச்சடித்த தாள்கள்
கூட்டியும் கழித்தும் வசப்படாது
தாறுமாறாய் மறியும் எண்கள்
தலைதெறிக்கப் பாய்ந்து
உயிர்ப்பிச்சை அளித்துக் கடக்கும்
தண்ணீர் லாரிகள்
மின் ரயில் பாதையோரம் என்றோ
பார்த்து மறந்து
மீண்டும் உயிர்த்துவிட்ட
அங்கம் இழந்த உடல்கள் என
கண்மூடிக் கிறங்கினால்
நிரம்பும் பட்டியல் யாருடையது?
மளிகைச் சாமான்களின் வரிசையில்
மருந்து சீசாக்களைக் கோத்தவர் எவர்?

பால்யத்தின் புத்தகம்
முழுசாக மூடிய தருணம் எது?

கேள்விகளும் மருத்துவரின்
அறிவுரையும் வழிநடத்த
நேற்று மாலை தனியாக நடந்தபோது
தற்செயலாய்க் கண்டேன்,
தெருவோரம் கேட்பாரற்றுக் கிடந்தது
கருகிப்போன வானவில்லொன்று.

●

முதலில்
குண்டுவெடிப்பு நிகழ்ந்த
நிலையத்தைக் காட்டினார்கள்.
தகரமாய் மீந்த ரயில்பெட்டியைச் சுற்றி
செந்நிறம் பூண்ட வெண்ணிறப் பைஜாமாக்கள்
வெள்ளைத் துணியால் மூடிய சடலங்கள்
கதறல் விரவிய ஓசைகள்
ஒளிரும் விளக்குகள்
ஒலிபெருக்கித் தண்டுகள் முன்
ஓரிரு விநாடிகள் தைரியம் சொன்ன
காவல்துறைத் தலைவர்

மீண்டும்
அறிவிப்பாளினி தோன்றினாள்
நிகழ்ந்த துக்கத்தின் சுவடே தெரியாத
புன்முறுவலில் உதட்டுச் சாயப் பளபளப்பு.
தீபாவளிப் பட்டாசு விற்பனை
அதிகரித்திருப்பதைச் சொன்னாள்.

வானிலை அறிக்கையில்
தொடர்ந்து இடியுடன் மழை பெய்யும் என
முன்னறிவித்தார்கள்.

கடைசியாய்
கன்றுக்குட்டி உயர யானைக்குட்டியைக்
காட்டினார்கள்.
தன் இனம் விலக்கியதால்

காட்டுக்கு வெளியில்
தனியாகத் திரிந்ததாம்.
சுற்றிலும் காவலர் சூழ
தலையைத் தலையை ஆட்டி
உற்சாகமாய் நடந்து வந்தது.

மறுகணத்தில் நான்
யானைக்குட்டியாகி யிருந்தேன்.
கூட்டம் நீங்கிய உற்சாகம்
ததும்பியது தாளாமல்
தலையைத் தலையை ஆட்டினேன்.

●

தீராப் பகல்

## மிதக்கும் சுடர்

இன்றைய நடு மதியம்
திடீரென
இரவாக மாறியது.
திரண்ட கருமேகங்கள்
பயணத்தின் நெரிசலில் உரசிக்கொண்டு
மிரட்டின. ஊழியை முறிக்க
நெளிந்தோடிய ஒளிக் கீற்று
வானத்தின் கருமையைக் கணநேரம்
பொசுக்கியது. பின்
தானும் அவிந்தது.

உற்பாதமாய்க் கவிந்த
இருளை வகிர்ந்து
நெளியும் சரவிளக்கென
பாய்ந்து முன்னேகும் ரயில்
வண்டிக்குள் விளக்குகள்
பூப்பதற்குச் சற்றுமுன்னால்
இது நடந்தது.
திரியை விலக்கி விடுபட்ட
சுடர் ஒன்று
தனியாக மிதந்து வந்தது.

என்னிலிருந்து பிரிந்து ரயிலேறிய
சுடரின் மத்தியில்
இருளின் துணுக்கொன்று மினுக்கியது
உயிர் ஒளிர்வதென.

எம். யுவன்

உறக்கம்போலும் இருட்டில் அமிழ்ந்த
சகபயணிகள் ஜடங்களாய்த் தெரிந்ததோ
மிதக்கும் சுடர் உயிர்ப்பொருளாய் நடுங்கியதோ
கணக் கிறக்கம் அல்ல.
நிகழ்ந்து தீர்ந்ததும்
நிச்சயம்
ஒரேயொரு கணம் அல்ல.

திறவாச் சிமிழாய்க் கிறங்கிக் கிடந்தது
சுடரின் மர்மமா
பொழுதின் மர்மமா
விருப்புற்று ஏமாறும் இயல்பின் மர்மமா
யாருக்குத் தெரியும்?

இதுவொன்றும் அறியா
எதிரிருக்கைப் பிஞ்சு
அப்போதும் கைகொட்டிக் களித்தது,
இப்போதும் களிக்கிறது.

●

தீராப் பகல்

கண்ணிமைக்காமல் பார்த்துக்கொண்டே
யிருந்தேன்.
செடியின்மீது அமர்ந்திருந்த
இலைப்பூச்சியும் எதையோ உற்றுப்
பார்த்துக்கொண்டிருந்தது.
கண்கள் இருக்குமிடம் தெரியவில்லையா –
பார்க்கத்தான் செய்கிறதா,
கண்மூடிச் சிந்திக்கிறதா என்
றறியக் கூடவில்லை.
சிந்திக்கும் திறன் இலைப்பூச்சிகளுக்கு
உண்டா என்றும்
தெரியாது எனக்கு.
நான் பூச்சியாளனா என்ன?

பூச்சிகள்போல மனிதர்கள்
கொத்துக்கொத்தாய்க் கொலையுறுவதை
கண்டிக்கும் பந்த் நாள் என்பதால்
இலைப்பூச்சிக்கும் இன்று
விடுமுறையோ என்னவோ.

சாவகாசமாகக் குந்தி அமர்ந்து
பூச்சிகளைக் கவனிக்கும் மனிதன்போல
மனிதர்களை வேடிக்கை பார்ப்பது
இந்தப் பூச்சியின் பொழுதுபோக்கோ?

வருடாவருடம் வெயில் அதிகரிக்கிறதே,
இலைப்பூச்சி எப்படிச் சமாளிக்கிறது?
கானல் மிதக்கும் தெரு
நீரோடைபோல் நெளிகிறதே, பூச்சிக்கும்
இப்படித்தான் தென்படுமா?

எம். யுவன்

ஒரு கணம்
இமைத்துத் திறந்தேன்
சிறகு முளைத்துப் பறந்தது
பச்சை இலையொன்று.
துழாவும் கொம்புகளும்
துடிக்கும் இறகும் கொண்ட
பூச்சிக்குக் காம்பு முளைத்து
செடியில் ஒட்டியிருந்தது.

ஆ, பிரமை பிரமை
யென்று
துள்ளிய மனத்தை
சும்மாயிரு என்று
அடக்கினேன்.

அப்பாவின் சுட்டுவிரல் எனக்குள்
ஊன்றிய வேப்பமரம்
பரிச்சயமற்ற ரயில்நிலையத்தின்
நடைமேடைக்கோடியில் நின்றிருக்கிறது.

நான் பாராத பொழுதில்
சீறி உயர்ந்து தலைவிரித்து
பார்க்கும் பொழுதில்
முழுசாகிறது.
வெளிச்சம் நாடித் திமிறி முறுக்கிய
கரங்களில்
என் குழந்தைப் பிராயத்தை
ஏந்தி நிற்கிறது.
    வேரிலிருந்து நீரை,
    இலைகளில் வெளிச்சத்தை
    உறிஞ்சும்; இயல்பில் கசப்புண்டு
    என்றெல்லாம்
    சதா என் நினைவில் இருப்பதால்
என் சகோதரனாகிறது.

உச்சந்தலையில் எரிக்கும் சூரியனை
குறுக்காகக் கடந்து தத்தும் ஊனமுற்ற பழுப்பு
                              நாயை
ரயிலோடையின் மறுபுறம் கொதிக்கும் ஏரிநீரை
கிளம்பிய இடம்நோக்கி நீள விரையும்
                            தண்டவாளத்தை
நினைவுகளில் தோய்ந்து கருகும் நடுப்பகலை
கைகாட்டி மரத்தின் பக்கவளையத்தில்
சும்மா அமர்ந்து எங்களை வெறிக்கும்
                            மரங்கொத்தியை
மிகமிகச் சமமாகப் பகிர்ந்துகொள்கிறோம்.

எம். யுவன்

கானலில் மிதந்து
நெளிவுறு நீர்க்கோலமென
அப்பாவின் ஞாபகம் தித்திக்கும்
வேம்பின் பிரசன்னத்தை
மூர்க்கமாய்க் கலைத்து
அலறி நெருங்குகிறது
 எங்கோ தொலைவில்
இப்போதாய் இருக்கும் ரயில்.

ஒரு கணம் வரமாக மறுகணம் சாபமாக
உருமாற்றம் கொள்ளும்
ஆதி வார்த்தை பல்கிப் பெருகி
விளைவித்த காற்றலைகளில் சிக்கி
போய்க்கொண்டும் வந்துகொண்டும்
இருந்தேன். மற்றபடி,

குடித்திருக்கவில்லை அப்போது.
உறங்கவும் இல்லை
பகற்கனவின் ஊஞ்சலில்
ஊசலிக்கவும் இல்லை.

எந்நேரமும் அரையிருட்டை
முயங்கிக் கிடக்கும் அறை எனது.
அரையிருட்டென்றால்
அரை வெளிச்சமும்தான். ஆனால்,
அரைகுறை வெளிச்சத்தில்,
தரைவிரிப்பில் அடர்ந்த வனம்
மேலும் இருண்டுவிடுகிறது.

ஊர்வனவும் பறப்பனவும்
வேரூன்றி நிற்பனவும் பகிர்ந்துகொள்ளும்
ஒரே ஆகாயம்
தரையாக மல்லாந்து கிடந்த
விரிப்பின் விளிம்போரம்
திடீரென ஒளிர்ந்தது.

ஜன்னல் கதவின் இடைவெளியில்
ரகசியமாய் உள்ளேறிய
ஒளிக்கீற்று துளைத்தபோது

நான் விடுத்த புகைச்சுருள்கள்
திட வஸ்துவென மிதந்தபோது
இறப்பின் வருகையை முன்னறிந்த
தெரு நாய் ஊளையிட்டபோது
     அது நிகழ்ந்தது.

விரிப்பின் நெசவுக்குள் சிறைப்பட்ட
வண்டொன்று
மெல்ல மெல்ல
இறக்கை விரித்து உயர்ந்தது.

வனம் நீங்கி நகருக்குள் வந்ததில்
திகைத்து
திக்குமுக்காடி
அங்குமிங்கும் பறந்து
ஜன்னல்வழி வெளியோடியது,
       பிரமையோ?
விரிப்பை மீண்டும் பார்த்தேன்.

     ஆச்சரியம்,
வண்டு இருந்த இடம்
பொசுங்கி இருந்தது.
நூலுக்கும் நிறத்துக்குமான இடைவெளியில்
உயிரின் ஓடை பெருக்கெடுத்
தோடியது
அதைவிட ஆச்சரியம்.

●

## காக்கைப் பாட்டு

அறிந்த நாள் முதல்
எனக்குள் இருந்துவரும் காக்கை
எத்தித் திருடியது.
கரவாக் கரைந்துண்டது.
பிணத்தை உகந்தது.
செத்த எலியைப் புசிக்கும் இடைவெளியில்
என்றோ மரித்த
மூத்தோரின் திருவுருவாய்
கூரையில் வைத்த பிண்டம் உண்டது.
கடவுளரையும் கலங்கடிக்கும்
கடவுளைத் தோளில் சுமந்து
ராசிக் கட்டங்களில் இடம்பெயர்ந்தது.
இனத்திலொன்று இறந்ததையெண்ணி
மின்கம்பியில் கூடிய வரிசையில்
பிலாக்கணம் கொட்டியது.
சுற்றுச்சுவரில் தொற்றியேறிய அணிலோடு
ஆர்வமாய் விளையாடியது. இன்னும்
குழந்தைக்கு உணவூட்டும் கிரியாஊக்கியாய்
விருந்தினர் வருகையின் முன்னறிவிப்பாய்
சிலநேரம் குறியீடாய்
சிலநேரம் அருவருப்பாய்
சிலநேரம் வேடிக்கையாய்
எந்நேரமும் காக்கையாய்
இருந்தது.

நேற்று
வெளிச்சமாய்த் திறந்து அலுத்து
மெல்ல மூடிவந்த பொழுதில்,
கடைசிச் சொல்லும் வறளும் தருணத்தில்,
பார்த்தேன்
இருளின் துளியொன்று தத்தி நகர்ந்தது
எனக்குள் துடிக்கும் உயிரின்
கருநிற நீட்சியென.
சாயலில்
காக்கைபோன்றே இருந்தது அது.

●

செல்கின்றன.
பறந்து செல்கின்றன.
வடகிழக்காகப் போகின்றன.
பகல் பொழுதின் அலுப்பைச் சுமந்த
இறகுகளால்
ஆகாய நீலத்தை வெண்ணிறமாக்கி.
திறந்த வெளி முழுவதும் சாந்தம் நிரப்பி.
    பார்வையின் கோடிவரை
    தொடர்ந்து சென்றேன்.

இதோ,
இது பின்தொடர்கிறது.
வெண்மையென்று அறியாத காலத்தில்
நான் பார்த்த வெண்மையின்
நகல் துளியாக.
    கவனம் பிசகியதோ
    சோர்வு மீறியதோ
நேரம் தப்பி
வரிசை தப்பி
நீட்டிய கழுத்தும்
அடிவயிற்றில் ஒடுங்கிய செங்கால்களும்
அவ்வப்போது உதிர்க்கும்
ஓரசை ஒலியுமாய்.
தனிமை நிரம்பிய ஆகாயம் முழுவதையும்
தன்வசம் கொண்டு.
    ஒரு குழு முறிந்த இடத்தில்
    ஒரு துளி ஏக்கமென.

கூட்டம் பிரிந்த பறவையுடன்
தொடர்கிறேன், ஆகாயம் நிரம்பிய
தனிமையில்
என் பங்கைச் சுமந்துகொண்டு.

●

தீராப் பகல்

வளர்ப்பு மரம்
நேற்றிரவுக் காற்றில்
வேரோடு பிடுங்கிக் கொண்டது.
நெடுஞ்சாண்கிடையாய்க் கிடக்கும்
உடம்பின் கிளைகள்
தரையைத் தழுவுகின்றன.
உயிர் வாடித் தொங்கியிருக்கும்
இலைகளினூடே மரணத்தை நுகர்ந்தபடி
குதித்துக் குதித்துப் போய்வரும்
அணில் குஞ்சு. நாலைந்து காக்கைகள்.
மரம் மறைத்த ஆகாயம்
முழுக்கத் திறந்து விட்டது.
துக்கம் தோய்ந்து தேய்கிறது
வெளிறிய அதிகாலை நிலா.

மரத்தின் வரலாற்றை
செடியிலிருந்து தொடங்கலாம்.
செடியின் வரலாற்றை
எங்கிருந்து தொடங்க?
விதையிலிருந்தா,
தாய்ச்செடி கொண்ட
சூலிலிருந்தா?

தெறித்துக் கிளம்பிய நாள்முதல்
விலகி விலகி விலகிச் செல்லும்
கோளொன்றின் மேற்பரப்பில்
ஓயாமல் பயணம் செய்கிறேனே,

எம். யுவன்

என்னுடைய வரலாறு
தொடங்குமிடம் எது?

நான் பிறக்குமுன் புறப்பட்டு
இறந்தபின் தரைதொடும்
விண்மீனின் ஒளி
இப்போது எங்கே இருக்கும்?

இருந்தாலும்,
இருந்தாலும்,
சமுத்திரத்தில் போலவே
இங்குமங்கும் ஓடித் திரிகின்றன
தொட்டி மீன்கள்.

●

காளமேகத்தின் பதினேழு பாடல்கள்
மந்தரைப் படலம் முழுவதும்
மார்க்யஸ்ஸின் முக்கால் சிறுகதை
பொன்னியின் செல்வன் ஒரு பாகம்
கணக்கில்லாமல் சஞ்சிகைகள்
தின்றும்
ருசியடங்காமல்
சுட்ட தேங்காய்த்துண்டை நாடி
பொறியில் சிக்கியது.

    எடுக்கப் போனேனா,
விடுவிக்க வருகிறானோ என
மிளகுக் கண்களில் பளபளப்பு.
கம்பிகளுக்கு மறுபுறம் வால் நீண்டு தொங்க
என்னை வெறித்தது.
    கூர்முகத்தில்
எதையோ சொல்ல நினைக்கும்
குறுகுறுப்பு.
எனக்கும் உண்டு
சொல்வதற்கு.
    ரட்சகன் அல்ல,
கொல்வதற்கு வந்தவன் நான்
சாகசக் கதைகள் பிடிக்கும்,
ஆனாலும்
ரத்தத்தைக் கண்டால் பயம்
குழந்தைக்கு ஊசி போட்டால்
முகத்தைத் திருப்பிக்கொள்வேன்.
    இவற்றோடு,

ஒரு எலியைக் கொல்வதற்கு
என்வசமுள்ள நியாயங்களை
எடுத்துரைக்க ஆசை.
எவ்விதம் என்
றறியாமல் குழம்பியவாறு
தயங்கித் தயங்கி நடந்து
தண்ணீர்த்தொட்டியில் அமிழ்த்தினேன்.

திரும்பி வரும்போது,
ஒரு எலியுடன்கூட
பகிர முடியாது குறுகிக் கிடக்கும்
என் உலகம் பற்றி
விசனமாய் இருந்தது.

அலைகளோடும் வலைகளோடும்
வாழ்வைக் கழித்தவன்
ஆர்வமாய்ச் சொன்ன கதையிது.

கடற்கரைச் சாலையில் காற்றாட
உலவித் திரும்பிய திமிங்கிலம்
வெற்றுச் சுமைதான் எதற்கென்று
விட்டுச் சென்றதாம் தன் உடலை.
மதம் எதுவென்று தெரியாச் சவத்தை
எரிப்பது சரியா புதைப்பதுதானா
கூறுகளாக்கி விற்றுத் தீர்ப்பதா
சமரசம் இன்னும் கிட்டவில்லை.

மணற்பரப்பின் நகல்போல
வெண்மையும் மிருதுவுமாய்
சும்மாக் கிடந்த உடல்
சும்மாக் கிடக்கவில்லை.

குழந்தைகளுக்குச் சறுக்கு மரமாயிற்று.
காதல் இணைகளுக்கு மறைவிடமாயிற்று.
எண்ணெய்ப்பலகாரத் தள்ளுவண்டிக்கு
காற்று மறைக்கும் தடுப்பாயிற்று.
குறுஞ்சவாரிக் குதிரைக்குட்டியை
கட்டிப்போட முளையாயிற்று.
பின்னிரவு ரோந்துப் பாராக் காவலர்
அவசரத்துக்கு ஒதுங்கும் குட்டிச்சுவர்.
பேரணி முடிந்ததும் பிரகடனம் செய்ய
மேடை அமைக்கும் செலவு மிச்சம்.

உப்புக்காற்றில் வெயிலில் காய்ந்தும்
கருவாடாகா மீனின் உடலை
வேடிக்கை பார்க்க ஆராய்ச்சி செய்ய
வெளிநாட்டுப் பயணிகள் வந்து போயினர்.

தங்கள் ஆட்சியின் சாதனை என்று
கல்வெட்டுப் பொறிக்க
அடுத்த மாதம் வருகிறார் அமைச்சர் . . .

வளர்த்து நகர்ந்தவனைத் தடுத்து நிறுத்தி
என்னாயிற்று திமிங்கிலம் என்றேன்.
ஞானப் பிறவி யென்றாலும்
கவலையொழித்தல் கைவருமா
பவுர்ணமிதோறும் கரைக்கு வரும்
பார்த்துச் செல்ல என்றுரைத்தான்.

கிட்டத்தட்ட நம்பிவிட்டேன்.

(ஞானக்கூத்தனுக்கு)

## எதிரெதிர்

முதல் காதல் முதல் களவு
முதல் ஊதியம் முதல் முறிவு
எனும் வரிசையில் உன்
முதல் குப்பை எது?

முனைந்து சேர்த்த குப்பையை
என்ன செய்யவென்று தவிப்பாய் நீ.
என் இடத்தில்
தானாய்ச் சேரும் குப்பை
தானே மட்கி
ஒளியாகும்.

நான் விடுத்த முதல் தூசு
அண்ட பேரண்டங்கள் தாண்டி வந்து
பூமியில் ஒளிக்கீற்றாய் நுழையும்
பொழுதில்
உன் சந்ததியின் சந்ததியின் சந்ததி
நிலா பார்த்து முதல் கவளம் உண்ணும்.

உனது நகர் ஒளிர்வதற்கு
ஆயிரமாயிரம் விளக்குகள் வேண்டும்.
இருள் ஊறும்
என்னுடைய வனத்திற்கு ஒளியேற்ற
ஒரேயொரு மின்மினி போதும்.

ஓசையின் வழி நீ
எட்டும் எல்லைகளை
மௌனத்தின் முதுகேறி நான்
கடந்து செல்வேன்.

ஆழம் நீங்கி
கரையேறும் கடலலைகள்
இன்று உன் பாதத்தை
என்றென்றும் என் பாதத்தைத்
தழுவி மீள்கின்றன.

ஆனால், கால்கள் நனையும்
முடிவற்ற பெருங்கணத்தில்
நாம் இடம் மாறியிருந்தோம்.
ஓரமற்ற ஆகாயத்தின் முதல் மிடறில்
குளிர்ந்தாய் நீ.
தட்டைப்பூமியின் விளிம்பில்
கசந்து நின்றேன் நான்.

●

# இன்னொரு கனவு

நான் நடந்து சென்றது
பகற்கனவில் அல்ல, கனவில் வந்த
பகலில். வெளிச்சத்தின் அலைகளாய்
மிதந்த காட்சிகளில்

தாக்கப் பாய்வதென
கொம்புகளை முன் நீட்டி
பாரவண்டி இழுத்துச் செல்லும்
எருதின் முதுகில் அமர்ந்து
இளைப்பாறிச் சென்றது குருவி.

தலையற்றுத் தலைகீழாய்த் தொங்கும்
இளஞ்சிவப்புப் பிண்டத்தின் அருகில்
அசட்டுக் கண்களுடன்
குழை தின்றது ஆடு.

அதிகாலை வெயிலுக்கு
எதிர்த்திசையில் நடந்து
நடந்து முன்னிரவை எட்டினேன் –
தலைகவிழ்ந்து சகலரும் காத்திருந்த
இழவு வீட்டின் ஜன்னலில்
சீந்துவாரற்றுப் பூத்திருந்தது
முக்கால் நிலா.

கடிகாரத் திகிரியின் விட்டத்துள்
நுழைந்துவிடத் தருணம் பார்த்து
எந்நேரமும்
காத்திருந்த கணம் ஒன்று
வெடித்துத் திறந்தது.

முன்னறையின் நாயகமாய்
மல்லாந்திருந்த சடலம்
வாஞ்சையோடு எழுந்து வந்து
கைபிடித்து அழைத்துச் சென்று
தன்னருகில் கிடத்தியது என்னை.
சாலை நிற்க, தாம் விரையும்
மைல்கற்களென
யுகங்கள் பல கடந்து
சென்று மறைந்தன.

    பிறகென்ன,
பொழுது புலர்ந்தபோது
மாநகரம் தனது எல்லாக் கால்களாலும்
எழுந்து நின்றது.

இருளின் சதைக்குள்
சுவரில் கைதடவித்
தண்ணீர்ப்பானை நோக்கிச் செல்கிறேன்.
மின்தடையில் சிக்கிய வீடு
யாருடையதோவென ஆகியிருக்கிறது.

தன் வீடுபோல இயல்பாக
ஜன்னலேறி வந்து
சமையல் மேடையில் நிற்கிறது. என்
வருகையை நோக்கும் கண்கள்
நெருப்பாய்ச் சுடர்கின்றன.
நிதானமாய் நுழைய
உதவிய ஜன்னல்
    அவசரத்துக்கு
அகலக் குறைவாகி விட்டது.
நிறம் புரியாச் சுவர் ஓடுகளில்
பாய்ந்து சறுக்கி
மீண்டும் முறைக்கிறது என்னை.

இருளில் மினுங்கும் கண்கள்
மரணத்தின் கண்களோ என்று மலைக்கிறேன்.
தண்ணீர்ப்பானைக்கும் எனக்கும் இடையில்
நிற்பது எது,
பூனையா
பிறந்தது முதல் என்னுடன் வளர்ந்துவரும்
மரணத்தின் நிமித்தமா

இரண்டாய்ப் பிளந்து
எதிரெதிர் நின்று
நீண்டுகொண்டே சென்றது
ஒரு கணம்.

    கைவிளக்கைத் துழாவி எடுத்துத்
திரும்பிய போது
பூனையின் கண்களில்
என் பயத்தைப் பார்த்தேன்.

## தோற்றப் பிழை

கை நடுங்கியதோ கவனம் நடுங்கியதோ
பதைபதைத்து அமர்கிறாள் கிழவி.
தவறி விழுந்த கண்ணாடியின்
சில்லுகள் ஒளிர்கின்றன
ரகசியமாய்க் கடந்த பிராயம்போல.

தேன் எடுக்கச் சென்றதோ
சூல் கொடுக்கச் சென்றதோ
படபடத்து அமர்கிறது வண்டு. பூரிப்பில்
களித்து ஒசிகிறது பூந்தண்டு
ரகசியமாய்ப் பிராயமெய்திய
பெதும்பையைப்போல.

தான் கடந்ததோ
நான்தான் கடந்தேனோ
தாண்டிச் செல்கிறது அந்திப் பொழுது
அச்சை மீறாத சக்கரம்போல.

யாரோவாக நான் வந்திறங்கி
ஆண்டுகள் பலவாகியும்
எனதாக ஆகாத பூமி
இதற்கும் அதற்குமான இடைவெளியில்
நெளிகிறது
ராட்சஸப் புழுப்போல. அதை
உருண்டையென்று யார் சொன்னது?

●

இன்றை நேற்றாக்கும் முயற்சியில்
ஓயாமல் சுழல்கிறது
என் கடிகார முள். அது
சற்றே காலோய்ந்த பொழுதில்
இதோ,
உன்னிடம்
பேசுகிறேன்

●

எம். யுவன்

என் ஜன்னல்வழி
வெளியேறுகிறது இரவு
ஒவ்வொரு காலாய் யோசித்து
எடுத்துவைக்கும்
ஆயிரங்கால் பூச்சியென
இறங்கிப் போவதை
பரக்கப் பரக்கப் பார்த்துக்கொண்டிருந்தேன்.
என்னவொரு நிதானம்
என்னவொரு பரிவின்மை
என்னவொரு பாராமுகம்

இத்தனைக்கும்
நாங்கள் இருவரும் சேர்ந்துதான்
பூமியின் வயதில் ஒருநாளை
கூட்டுகிறோம்.
கடைசிக் கால் தாண்டுவதைத்
தெரிவிக்கும் பறவையொலியில்
இளஞ்சாம்பல் நிறம். சரசரவென
வண்ணங்களை வடிவங்களை
மீட்டுக்கொள்கிறது யாவும்.
என்னைப்போலவே புரண்டு படுக்கிறது
பொழுது.

எதுவும் புதிதில்லை
அன்றாடம் நடப்பதுதான் – என்றாலும்
ஒவ்வொரு நாள் கடக்கும்போதும்
நான் அந்திமத்தை நோக்கி
ஓர் அடி வைக்கிறேன்
பூமியோ
குன்றா இளமைக்குத்
திரும்பி விடுகிறது.

●

தீராப் பகல்

முன் அறியாத ஒருவர்
முகமன் சொல்லிப் போனார்.
யாரென்று நினைத்தாரோ.
    மறந்தது நான்தானோ?
    பூர்வ ஜன்ம பந்தமோ?
    இன்னொருவர் சாயலும்
    உண்டோ எனக்கு?
    இந்தக் கணத்தில் இந்த இருவர்
    எதிரெதிர் வருவது
    எந்த விளையாட்டின்
    எந்த விதியோ.

அனிச்சையாய்ப் பீறிய
கேள்விகளோடு மின்ரயில்
ஏறிப் போனேன்.
கடுகி விரையும் காட்சிகளின்
கருணைக்குள் அமிழ்ந்து
மறுபடியும் புதைந்தது முகம்.
புன்னகை மட்டும் தொடர்கிறது
நீங்காது.

இருக்கட்டுமே,
தெரிந்தவரெல்லாம்
முகம் திருப்பும் நாட்களில்
தெரியாத புன்னகை
ரம்மியம்தானே.

எப்படியோ,
எனதல்லாத வந்தனம்
என்னை நோக்கி மிதந்தபோது
இதமாகத்தான் இருந்தது.

அந்நேரம்
கான்க்ரீட் நடைமேடை
மெழுகாகக் குழைந்தது.
சாட்சியம் இருந்த காக்கை
கா கா என்ற ஒலி
இன்னிசையாய் ஒலித்தது.

இதோ,
யாரோ சகபயணி
    என்ன அவசரமோ
    சிந்தையின் மும்முரமோ
    என்னடா உலகம் இது
    என்றொரு விலகல்தானோ

என் பாதத்தில் ஏறி நிற்கிறார்.
கொஞ்சமும் வலிக்கவில்லை எனக்கு.

தீராப் பகல்

அன்புள்ள ஜெனோ,
ஆதிக் கிரேக்கத்தின் நிலவறையில்
நீ விடுத்துச் சென்று
காலங் காலமாய்த் திரிந்தலைந்த
புதிர் ஒன்று என் வசம்
வந்ததின்று.

கோளப் பளிங்குக் கோட்டையின்
நுழைவாசல் தேடித் திகைத்தேன்.

பாதிப் பந்தயத்தில்
ஓய்வாய் அமர்ந்த முயல்
உறங்காதிருந்தாலும்
தோற்றுத்தான் இருக்குமாமே.
பின்னலாய் அடுக்கிப்போன
உன் கணக்கில்
உறுதியாகிறது முயலின் தோல்வி.

நானோ கணித மேதை.
தேர்வுக்கு மட்டும்
தேற மட்டும்
கணிதம் கற்றவன்.
கணக்குப் புதிரை எதிர்கொண்டால்
ஆரம்பத்திலேயே
ஓய்வாய்க் கண்ணயர்பவன்.
முயல் வென்ற கணக்கு
மட்டுமே அறிந்தவன்.
பிடிமானம் இல்லாத எண்களை
அட்சரங்களைப் பிடித்து
சரசரசரவென ஆழம் செல்லும்
ஆமையின் வெற்றியை எங்ஙனம் உணர?

சற்றுநேரம் கையில் இருந்த
பெருமையைப் புதிருக்கு வழங்கிவிட்டு
சகஜமாய்க் கடந்து செல்ல
விலகி வழிவிட்டேன்

நிஜத்தில் எப்படியோ,
புதிரிலாவது
ஆமை ஜெயித்தது பார்,
ஆறுதலும் பெருமிதமும் எனக்கு –
நானே வென்றதுபோல்.

வெண்ணிற நாரைகள்
மீண்டும் பறந்தன இன்று
வலசை போகிறவையோ?
எங்கிருந்து?
எங்கே?
என்றிலிருந்து?

பறக்கும் பழக்கம் எனக்குமுண்டு.
சொந்தமாய் உண்டு
ஓர்ஆகாயம்.
வெளியில் வெளியில் என்று
விரிவதுஅல்ல. உள்ளே
உள்ளே உள்ளே என
ஆழ்வது.
இருக்கட்டுமே,
வானம் வானம்தானே.

என்னுடைய வானத்தில்
நகர்வதில்லை மேகங்கள் –
உறைகின்றன. பறத்தல் என்பதும்
பறப்பது அல்ல, கிடப்பதே. ஒருபாதி
இருளும் மறுபாதி வெளிச்சமும்
தகிக்கும் சூரியனும் சோகை நிலவும்
ஒருங்கே உலவும்
வெற்றுத் தரையில்
திசைகாட்டவென்றின்றி
திசைகளாய் மினுங்கும் விண்மீன்கள்.
வெண்ணிற வாலாய் நீளும்
யந்திரக் குறுக்கீடு. இன்னும்
பார்வைக்குப்புலனாகா
ஒட்டடையாய் மண்டிய
குறுஞ்செய்திக் குப்பல்.

என்றோ புதைந்த நாளின்
மின்னற் பதிவுகளை
இடி முழக்கத்தை வியந்தவண்ணம்
இலக்கேதுமின்றிக் கிடந்தவா
றிருக்கும்போது,

ஆசி வழங்கத் திருவுளம் போலும்
எந்த ஊர்த் தண்ணீரோ
என் தலையில் பொழிகிறது.

●

நீலப்படத்துக்கு நிகரான கலைப்படத்தில் மூழ்கி
யிருந்தேன். இருளும் நிசப்தமும் ஆரத்
தழுவி முயங்கிய என் தனியறையில்.
உறுமும் ஆண்குரலுக்கு முனகும் பெண்குரலுக்கு
ஒத்தாசைப் பின்னணியாய் சுவர்க்கோழி.
கணிப்பொறித் திரையின் இடதுகீழ் மூலையில்
தோன்றி
புணரும் உருவங்களை நோக்கி நகர்ந்தது
எட்டுக் கால் பூச்சி.

திரையளவு பரந்த மார்பகத்தை வியந்ததோ
ஒளியைப் பிளக்கும் ஆவேசத்தை பயந்ததோ
ஒளிரும் சுவரின் வழுவழுப்பில் திகைத்ததோ
வலது காம்பருகில் சென்று நகராமல் நின்றது.

ஆண் பூச்சியா பெண்ணா
எட்டுக் கால் பூச்சிகள் எப்படிக் கலவிகொள்ளும்
அவர்கள் இனத்திலும் அடுத்தவர் காமத்தை
படமாய்ப் பார்ப்பது வழக்கமா
நடுவயது ஏக்கமா இளவயதேதானா
கேள்விகள் ஒருபுறமும் நான் எதிர்ப்புறமும்
ஓடிப்பிடித்து விளையாட
மூச்சிரைக்க மூச்சிரைக்க
திரையில் நடந்த ஆட்டமும் தொடர்ந்தது.
உபரியாய் ஒரு ஜோடிக் கண்கள் காண்பது அறியாமல்
அவன் இயங்கினான்
அவள் கிறங்கினாள்

*தனிமையின் இனிமையைக் குலைக்காத*
*இங்கிதமோ*
*உணர்ச்சிப் பெருக்கைக் கண்டதில் கூச்சமோ*
*திகட்டி விலகியதோ*
*இணையின் ஞாபகமோ*
*எட்டுக் கால்களையும் அகல விரித்து*
*அடிவயிற்றால் திரையை உரசி*
*பக்கவாட்டில் நடந்து*
*இறங்கிப் போனது பூச்சி.*

நல்லவேளை,
திரும்பி என்னை அடையாளம்
காணவில்லை.
ஆறுதல்தான். என்றாலும்,
கணிப்பொறியை அணைத்து விட்டேன்.

## சமரசம்

தத்தமது பாதையில் கவனமாய்
யாவரும் விரைய
தனித்துப் பாவமாய்க் கிடந்ததை
நடைபாதை விளிம்பில்
கண்டெடுத்தேன். வெண்ணிறத்
தண்டும் சாம்பல் நிறத் தூவிகளுமாய்

ஆதரவிழந்த குழந்தையெனக் கிடந்த
இறகைக் கொண்டு
பறவையை வனைய
ஆரம்பித்தேன். கூர் அலகா, நுனி
வளைந்தா என்றும்
கால்களின் நீளமும் கழுத்தின் நிறமும்
சற்றுக் குழப்பம்தான்.

முழுமை பெற்ற மாத்திரத்தில்
பறக்கத் துடித்தது அது.
பறவையென்பது உருவமல்ல
பறத்தல் என்று
உரத்துச் சொல்லி
சிறையை உடைத்து
உயர்ந்தது. 'ஐயோ, பிஞ்சே
சேருமிடம் தெரியுமா'
விசனமாய்க் கேட்டேன்.
'சேர்வதல்ல, செல்வதுதான் வாழ்வு'
பட்டறிந்த ஞானிபோல
அலகு சுழித்துச் சொன்னது.
சின்னஞ்சிறு சிறகுகளில்
ஒரு பகல்பொழுதைச் சுமந்து
விரைந்தது.

எம். யுவன்

பார்வையெட்டும் வரை தொடர்ந்தேன்.
வானத்தைவிட விரிந்த வானத்தில்
வேகத்தைவிட விரைந்த பயணத்தில்
ஒற்றனைப் போல நிறைந்த ரகசியத்தில்
குறுக்கீட்டைவிட மோசமான குறுக்கீடாய்
கூவியது அண்டைக் கோழி.

கலைந்த பறவை
உதிர்த்துப் போன
சாம்பல் ஒளி, இதோ,
பரவுகிறது –
பகலெனும் பாவனை கொண்டு.

அப்போது சிறுவனாய் இருந்தேன்
உற்ற துணைவனாய் இருந்தது கூழாங்கல்.
கையிலோ கால்சட்டைப் பையிலோ
கிடக்கும் எந்நேரமும். ஓயாமல்
வேவு பார்த்துத் தொடர்கிற
நிலவை நிறுத்தவென்று
விட்டெறிந்தேன் அண்ணாந்து.

உயர உயர உயரச் சென்றுகொண்டே
யிருந்ததில் கணநேரம் அலுத்ததென
நின்று திரும்பிப் பார்த்தது கூழாங்கல்.
சமுத்திரங்கள் பாலைகள் மலைகள் காடுகளை
நொடியில் பார்க்கும் உயரத்தில்
தலை சுற்றாமல் நின்றது, எப்படியோ,
ஆச்சரியம்தான்.

பந்தயத்தில் ஓடும் ஒட்டக முதுகிலும்
பனிச்சறுக்குப் பகுதியில் கம்பளி விற்றும்
பருவமெய்துமுன்பே படுத்தெழுந்தும்
பாய்வதற்கு உறுமும் வாகனங்களில் யாசித்தும்
வருங்கால குருவாய் மடச் சிறையிருந்தும்
வீட்டுப் பாடம் எழுதாமல் வெளியில் நின்றும்
கடத்தல் சுமைக் கழுதையை நடத்திச் சென்றும்
மின்தடை நேரங்களில் விடுமுறைக் காலங்களில்
தெருவில் இறங்கிக் கூட்டமாய்க் கூவியும்
நீர்நிலையில் சொருக்குப் பாய்ந்து
மீன்களெனத் துழாவி ஊறியும்

எம். யுவன்

இன்னும்
தகப்பன் பாட்டன் முப்பாட்டன் என
வரிசை தவறாமல் புலரும் குழந்தைமையில்
தம் பங்கை ஆற்ற மூச்சுத் திணறும்
பிஞ்சுகளைப் பார்த்தவுடன்
அந்தரத்தில் சென்று சொருகிக்கொண்டது.

இன்றும் திகைத்திருக்கிறது
பூமிக்குத் திரும்பும் மார்க்கம் மறந்ததென.
அல்லது, விருப்பம் இல்லையோ?
கடவுளின் ராஜ்யம் நோக்கிப் பறந்த கூழாங்கல்
         கடவுளுக்குச் சமமாய்
மிதக்கவும் மினுங்கவும் செய்கிறது.
வேறென்ன செய்வார்கள், பாவம்,
அவர்கள் இருவரும்?

சர்சர்ரென்று விரைகின்றன கார்கள்.
பாம்பாமென்று உரக்கும் பேருந்து ஒலிப்பான்கள்.
உய்உய்யென்ற சீழ்க்கையுடன் பயணிக்கும்
மாணவர்கள்.
கிர்கிர்ரென்று துளைக்கும் கட்டடவேலைத்
துரப்பணம்.
ரொய்ங்ரொய்ங்கென்று சிவப்பு விளக்கு சுழல
குய்யோகுய்யோ என முறையிட்டுப் பாயும்
நோயூர்தி.
பீய்ங்பீய்ங் என வழி திறக்கும் காவலர்.
கிடுகிடுவென சாலை கடக்கும் கால்நடையாளர்கள்.
கிணுகிணுவென்று அழைக்கும் ஏதோ ஒரு கைபேசி.
லொடலொடவென ஆடிப்போகும் சரக்குந்தின்
இரும்புப்பாளம்.
கடகடவென புரோட்டா கொத்தும்
சாலையோரச் சமையல்காரர்.
கிரீச்கிரீச்செனத் தாண்டிச் செல்லும் மசகிழந்த
வண்டிச் சக்கரம்.
இத்தனையும் அமிழ்ந்து போக
தலைவன் இறந்த பத்தாம் ஆண்டாம்,
கதறிக் கதறி நினைவூட்டுகிறது
கற்கால ஒலிபெருக்கி.

மூச்சுத் திணறியது.
பின்வாங்க முடிவெடுத்தேன்.

ஓர் எட்டு,
ஒரேயோர் எட்டு. ஓசையின்
பெருமழையில் நனையாமல் தற்காக்க
கால்களையும் தலையையும்
ஓட்டுக்குள் இழுத்துக்கொண்டேன்.
தானாய் இறுகி கனத்த ஓடு. சதா சுமந்து
முதுகை வளைத்த ஓடு. உள்ளே
காற்றில்லை. வானத்தின்
காட்சியில்லை. பேச்சுத் துணைக்கு
ஆளில்லை. ஆனாலும்,
என் ஓடு.
எனதே எனது.
அதனுள்
நானுமற்ற தனிமையில்
நிரம்பியிருக்கிறது
நிசப்தத்தின் குளுமை.

## தோழமை

எட்டாத் தொலைவில் என்றே
நினைத்திருந்தேன் ஒரு திங்கள்
கிழமை எங்களூர்க் குளத்தில்
மிதந்து மிதந்து நகர்ந்தவரை.
தெள்ளிய நீரை அள்ளியபோது
சிதறிக் கலங்கியது
நீரா நிலவா
குழப்பம் தீராது
தவித்தேன் சிலநாள்.

அலுவலகம் வீடு
ஆஸ்பத்திரி
கோயில் கோர்ட்டு என
நிலையறியாது அலைந்த நாட்களில்
மறந்தே போனேன்.

தன்னிலை மரத்து வெறித்த பார்வைக்கு
சற்றே திறந்த ஜன்னலிலும்
முற்றத்தில் தேங்கிய குட்டையிலும்
சின்னக் குழந்தைபோல் தென்பட்டாலும்
நிலவின் இடம் ஆகாயம் என்பதில்
துளியும் ஐயமில்லை.

நேற்று
தகனம் முடித்துத் திரும்பும் மந்தையின்
நட்டநடுவில் தன்னந்தனியாய்

எம். யுவன்

கால் நகர்த்தி வரும்போது
கல்லோ நினைவோ
காலில் இடறியது.
நெஞ்சை அடைத்ததால்
முகத்தை நிமிர்த்தினேன்.

அத்துவானமாய்ப் பரந்த ஆகாயத்தில்
அக்கம்பக்கம் யாருமின்றி
தானும் தனியாய்க் கிடந்த கோலத்தில்
இதோ இருக்கிறேன் என்று
மிழற்றிய நிலவின்
தோளில் சாய்ந்து விசும்பினேன்.

●

## சில வேளை

மண் சரிந்த மலைச்சரிவில்
தன் பாதம் வியந்து
மல்லாந்து கிடந்த மரம்.

முதுகில் இருட்டு
முன்னுடலில் வெளிச்சமென
அசட்டுச் சிரிப்புடன்
வெளிறி மிதந்த நிலா.

குண்டு பொருத்தும் இடத்தில்
குழந்தைத்தலைகளை ஏந்தி
குழலின் மறுபுறம் வானம் காட்டி
காட்சிசாலையில் பாசி வர்ணத்தில்
கிழண்டு நின்ற பீரங்கி.

தாய் முன்னோக்க
தான் பின்னோக்கி
பிரியமாய்ச் சிரித்த
கறுப்பினக் குழந்தை.

ஆழ்மனத்தின் மூடிய வாசலில்
அடம் பிடிக்கும் காட்சிகள் சில பொழுது
வெடித்துச் சிதறும். சொல்லேறிக் கிளம்பும்
அவ் வேளை
சில நேரம் எனதாக இருக்கும்.
பிற நேரம் உனதாக.
உச்சரிக்கும் நாவுகளில்
ஒலிக்கவும் செய்யும்.

எம். யுவன்

கண்கள் காதுகளாய்ப்
பெயரும் செயல்வெளியில்
கன்றுகள் தாயாகின்றன.
விதைகள் மரமாகின்றன
பாறை தேய்ந்து மணலாகிறது.
சிதறிக் கிடக்கும் ஞாபகங்கள்
ஒன்று கூடி
வரலாறெனப் பெயர் சூடுகின்றன.
தரையில் கிடந்த தண்ணீர்
தானே உயர்ந்து தானே குளிர்ந்து
தன்னியல்பாய் நீராகி
பொழிகிறது.

துள்ளி மறிந்த ஒற்றைத் துளியோ
     உடம்பெனத் திடம்கொண்டு
காட்சிகளைக் கோக்கக் கிளம்புகிறது.

மொட்டை மாடியில் கிடந்தேன்.
சும்மாதான்.
மழைக்காலப் பகல்.
வெயிலும் இல்லை வெக்கையும் இல்லை.
கட்டாந்தரையில் அழுந்திய முதுகின் கீழ்
அழுந்திய பருக்கைக் கற்கள்.
கண்ணில் நிறைவது வானம் இல்லை,
பார்வையின் அளவே பரந்து கிறங்கிய
மனம் என்றது மனம்.

அளப்பரிய விரிவின் முன்
அடையாளம் எதுவுமற்று
நசுங்கிக் கிடக்கும்
பருக்கைக் கல்லென உணர்ந்தேன்.
அற்பன் அற்பன் என்று துடித்தது நாடி.

கொதிக்கும் வாழ்வு பலிகொண்டதருணங்கள்
தினசரியின் பூகம்பத்தில் புதைந்த ஆசைகள்
நிலவும் உறங்கிய நேரத்தில்
கொள்ளை போன கனவுகள்

இன்னும் இன்னுமென்று வழக்கம்போல்
துயரத்தின் புதைகுழியில்
அமிழ்ந்துகொண்டே யிருந்தேன்.
மதகுடைந்து பெருகியதில்
அணை முழுதும் வெளியோடி
நீர்க்கொடிகளின் பசுமை மண்டி
வறளவும் தொடங்கியது.

துரிதமாய்ப் படர்ந்த பாலையின் பரப்பில்
தகித்து ஊர்ந்தபோது
நெற்றியில் சொட்டியது
ஈரத்தின் குளுமையொன்று.
எச்சமோ
என்று விதிர்த்தேன்.
இல்லை, நீர்த்துளி.
பெயரற்ற பெருங்கருணை
விரலால் தீண்டியதோ?
விம்மியது மனம்.

அற்பன்தான் நான். ஆனாலும்,
அவ்வளவு அற்பமில்லை.

உருகிய மெழுகெனக் கொழகொழத்துச்
சரிந்த திரை
சிறுகச் சிறுக இறுகி
கருங்கல் பாளமாகி
எத்தனை நாளாயிற்று?
காரணம் தெரியாத சுவர் எழும்பி
வருடங்கள் இருக்காது?

அன்பின் பெயரால் இணைந்தோம்
அன்பின் பெயரால் பிரிந்தோம்
அன்பின் பெயரால்
கோள் சொல்லத் தொடங்கினோம் –
விருப்பமே யற்றவர்கள் போல்.
முகத்தை சொற்களை
நினைவுகளை
கவனமாய் ஒதுக்கிவிட்டு
மறதியின் பெருவழியில்
என்போக்கில் தொடர்ந்தேனே,
நீயும்தானே
சென்றிருப்பாய்?

இன்று,
மொழியறியா ஊரில்
விரைகிறது குதிரைவண்டி.
ஓட்டிக்கு உன் சாயல். புறங்களில்
உள்ளவற்றை மூடியால் ஒதுக்கிவிட்டு
பாதையை மட்டும் ஓர்மித்து
பாய்கிறது குதிரை. கற்சாலையில்
குளம்புகள் உரசி
கிளம்பும் பொறிகளில்

விரோதத்தின் தீப் பதமும்
வாய் ததும்பிக் காற்றில் உதிர்ந்து
கலையும் நுரையில்
ஆவியான நட்பும்
தெரிகிறதே,
நீ யிருக்கும் இடத்தில் எதுவேனும்
நினைவூட்டுகிறதா என்னை?
தட்டில் அமர்ந்து தொங்கி ஆடும் கால்களில்
குதிரை வாலின் விறைத்த முடி
சொரசொரவென
உரசிய ஒரு கணத்தில்
உன்னோடு நான் இருந்தேன்.

சம்மதம் பொருட்டேயில்லை,
என்னுடன்தான் இருந்தாய் நீ.

திட்டங்களை
வளர்க்கும் முனையில் நானும்
முறிக்கும் எதிர்முனையில் வாழ்வும்
சீசா ஆடிக்கொண்டிருந்தபோது
பூமி தன்போக்கில் சுழன்று மிதந்தது.
இரவுகளும் பகல்களும் ஓடிப்பிடித்து
விளையாடும் பூங்காவில்
புற்கள் போல ரோமங்கள் முளைத்தன.
உரிய தருணம்வரை காத்திருந்து நரைத்தன.
உறங்கும்போது காணாமல் போய்
விழித்தவுடன் வந்தமரும் நினைவுமயில்
தோகைவிரித் தாடுகையில் மனத்தின்
ஆகாசத்தில் நூலாம்படையாய் அடர்ந்த
கருமேகங்கள் நகர்ந்து விலகின.
உள்ளங்கைபோலத் திறந்த கணத்தின்
ரேகைச் சூட்சுமம் மட்டும்
புதிராய் மீந்தது.

இப்படித்தான்,
இன்றுகாலை விழிப்புத்
தட்டிய நொடியில்
என் உலகம் பழுப்பு நிறமாய்
இருந்தது.
பதினேழு திருட்டு முத்தங்களும்
பதிலாய்ப் பெற்ற பெருமூச்சுகளும்
செருப்பை ஓங்கிய வளையல் கையும்
மன்னிக்க யாசித்துக் கூப்பிய கரங்களும்
கூப்பிய கரங்களை வெட்டிய கத்தியும்
அடுத்தடுத்து வரிசையில் வந்தன,
இடைவெளி வருடங்களை இழந்து.
இன்னும் திறக்காத கண்களுக்குள்
கசிந்தது
பெருமிதமா, கூச்சமா?

எதுவானால் என்ன,
கண்ணைத் திறந்தால்
வேறு உலகம்.

## எவ்விதம்

எவ்விதம் தருவேன் என் ஊரின் வரைபடத்தை?
எதிரெதிராய் வரும் வண்டிகளுக்கு
இருபுற வாசல்களுண்டு.
சைக்கிள் ஓட்டிவரும் குரங்காட்டியின்
தோளில் அமர்ந்து வரும் குரங்குக்கு வாசல்
ஒன்றே – தான் குரங்கென்பதை மறந்ததால்.
ஊருக்குள் வரும் காக்கைகள்
வாசலை யோசிப்பதில்லை. ஊரின்
தலைவழி வலசை போகும் பறவைகள்
தடம் பதியாப் பாதையில்
தம் வழி செல்கின்றன.
பிணவறை மருத்துவனின் கத்தியென
ஊரை வகிர்ந்து ஓடிவந்து
நிற்கும் பேருந்திலிருந்து
இறங்கும் குடலையில் பொதிந்த
பிண மாலையை
நீங்கிச் செல்லும் வண்டு
புதிய பாதைகளை வனைய முயல்கிறது
எல்லாத் திசைகளிலும்.

மற்றபடி, காற்றும் மழையும்
மனப்போக்கில் நுழைகின்றன. நேற்றிரவு
தூக்கு மாட்டிக்கொண்ட
இளம் பெண்ணிடம் வருகை தந்த
மரணமும்தான்.

## அஞ்சலி

நேற்று
நேற்றாக
நாளை
நாளையென
    மாறாது
தொடரும் சங்கிலியில்
இன்றென இருக்கிறேன்
எந்நாளும்.

    நீயுமில்லை
அவனுமில்லை
    என்பதால்
நானாக இருக்கிறேன்.
மரமுமில்லை, பாறையில்லை.
    ஆகவே,
புறமும் உள்ளும்
வேர்கொள்ளாது
நகர்ந்தவாறிருக்கிறேன்.
தரைநோக்கிய மேகமென

    அந்தரத்தில்
என் நாற்காலி மிதக்கும்
அறை இங்கும் அங்கும் இன்றி
தானும் மிதக்கிறது.

என் தெருவும்தான்.
ஊர் மாநிலம் தேசம்
    இன்னும்
நூறு நூறு நதிகள்
ஆயிரமாயிரம் குன்றுகள்
மலைத் தொடர்கள்

வனங்கள் மணல்வனங்கள்
சிறு கடல்கள் மகா சமுத்திரங்கள்
கொஞ்சம் எரிமலைகள் மற்றும்
கூரைபோல் தொங்கும் ஆகாயம்
    யாவரும்
மிதக்கிறோம் துளி சிந்தாது
துகள் உதிராது
மிதந்து மிதந்து மி
தந்து மிதந்
து
போய்க்கொண்டே
யிருக்கிறோம்
என்றோ பிறந்து எங்கோ முடிய.

    இடையில்
விபரம் தெரியாமல் குறுக்கே வந்து
அமர்ந்து எழுந்து பறந்து
மீண்டும் அமர்ந்து
தந்திரமாய் விலகி
    உள்ளுணர்வு தோற்கும் கணத்தில்
அடிவாங்கி நசுங்கும் கொசு
அகாலமாய்
மரண வாக்கியம் உதிர்க்கிறது –
அடச் சீ, ஒரு துளி ரத்தத்துக்கு
எவ்வளவு யுத்தம்.

●

## இன்னொரு காக்கை

அந்தக் காக்கைக்கு
அடுத்த தலைமுறையும்
அதற்கடுத்தும் வந்து
பேரக் காக்கைகள் பறக்கின்றன இப்போது.

　　ஆகாயமே சொந்தமாய் இருந்தும்
அண்டி வாழத் துடிப்பவை.
எச்சில் பருக்கைக்கு
ஏங்கி அலைகிறவை.
குப்பைத் தொட்டியை
அட்சய பாத்திரமாய் நம்பிக் கிளறுபவை.
நேற்றுக் காலை மின்னடிபட்ட
சகாவை மறந்து
கோலாகலமாய்த் திரிகிறவை.
வெகுளிகளை ஏமாற்றி
தட்டிப் பறித்துத் தின்கிறவை.
மின்னணுக் கோபுரத்தின் சன்ன ஒலித்
தாக்குதலில் குருவியினம் அழிவதை
விசனிக்காதவை.

　　என்றாலும்
எல்லாக் காக்கைகளும்
　　காக்கைகள் அல்ல.
விலகி வந்த காக்கை ஒன்று
என் ஜன்னல் தட்டில் அமர்கிறது.
வழக்கமான பார்வை இன்றி
வேறொரு கோணத்தில் தலைசாய்த்து
ஓரசைப் பதங்களை
நீட்டியும் குறுக்கியும்
புதுமொழி பேசுகிறது.

காக்கைக் குரலில் இசைமை சேர்க்கும்
நாடகத் தன்மை.
பாராமுகம் காட்டும் இல்லத் தரசிமேல்
லேசான விமர்சனம்.

எதிர்வரும் காக்கைகள்
யாருடைய பித்ருக்களோ என்றார்
ஆத்மாநாம்.
ஆத்மாநாமேதானோ —
வியக்கிறேன் நான்.

●

முன் சென்றிராத நகரத்தின்
வரைபடத்தை வனைய முயல்கிறேன்
திரும்பத் திரும்ப
கட்டடங்கள் கழிவறைகள்
நந்தவனம் மயானம் என
அதேதான் – அமைப்பு மட்டும் வேறு.
நேற்று ஒன்று முதல்
லட்சம் வரை எண்ணினேன் –
முதல் காகம் கரைந்தது.
தெரிந்த பூக்களின் பெயரைக்
கோத்ததுண்டு. சேர்க்காமல் விட்ட
மதிப்பெண்கள் விழுங்கித் தீர்த்த
மாத்திரைகள்
மருத்துவரின் யோசனையும்
நானாய்க் கண்டதுமாய்
விதவித உத்திகள்.
விண்மீன்களின் தொகையும்
நாடித்துடிப்பின் அதிர்வும் பாக்கி.
வெளியில் இருண்டதும்
உள்ளே விடியும் பகலை எண்ணி
தவிக்காத அந்தியில்லை –
பெருந்தூக்கமொன்றின் ஆரம்ப
அறிகுறியோ என்றும்தான்.

விடியும்போது
உதித்த சூரியன்
உறக்கச் சடைவுடன் தன் பாட்டையில்
நகர்ந்தது மந்தமாய் வருடும் காற்று
முன்வாசலில்
தகிக்கும் தகவல்களுடன்
கண்மூடிக் கிடந்த செய்தித்தாள்.

போக்குவரத்து குறைந்த தெருவின் நடுவில்
நிச்சிந்தையாய்க் கிடந்த நாய்க்குடும்பம்.
 விரைந்தோடும் நதி
உறங்கும் கணமொன்றும் உண்டாம் –
சொன்னவரும் தூங்கி
விழித்திருக்கலாம்.

சாக்காடு போலும் உறக்கம் என்று
தலைமாற்றிப் போட்டேன்.
சரிதான் போ,
தூங்காதவர் உண்டா என்ன?

கண்ணை அமட்டியது.

●

கோடானுகோடித் தலைகளின் மேல் நடந்து
நாடாளப் போகும் தலைவன்
சுவரொட்டியில் சிரிக்கிறான்.

தும்பிக்கை இழந்த யானையின் உருவமென
ஈரமாய் இருக்கிறது
குட்டிச் சுவரின் சிறுநீர்த் தடம்.

ஜன்னல் சதுரத்தில் முடங்கியும்
முழுமையாய் இருக்கிறது
ஆகாய நீலம்.

அகல விரித்த அசையா இறக்கைகளில்
ஒரு சாயங்காலத்தை
சில ஞாபகங்களை
சுமந்து செல்கிறது விமானம்.

பிரசவம் முடிந்த பெண்ணின் முகமென
வெளிறிய வெண்மையுடன்
தயங்கி நகரும் மேகங்கள்.

இருட்டுடனான மாபெரும் யுத்தத்தில்
பாயப் பதுங்கும்
தெருவிளக்கு.

இரவின் வருகையை
இனம் முழுவதும் அறிந்தும்
தான் மட்டும் அறியாது
பார்வையிழந்து
தட்டழியும் ஈ

அனிச்சையாய்க் கை உருட்டும்
மேசைப் பளிங்கில்
மலர்ந்து சிரிக்கும்
என்றுமே தொடவியலா
மஞ்சள் பூ.

தியானம் போல உள்ளே இறங்கி
உடல் முழுக்க மனம் முழுக்க
அறை முழுக்க
நிரம்பி
தெருவிலும் பரவும் ஏகாந்தம்.

இப்படியாக,
ஒரு சாயங்காலம் எனக்குள்
நிறைகிறது. அதை
நான் என்று
நினைத்துக் கொள்கிறேன்.

மூன்றாம் தெருவில் நின்றவனிடம்
ஏழாவது தெருவில்
பதினேழாம் எண்ணை
விசாரித்த அந்நியருக்கு
மேற்படி வீட்டைப் பார்த்தபடிதான்
வழிசொன்னேன்.

தோள் தாண்டி வளர்ந்த மகள்
காதலைச் சொன்னபோது
பொங்கிய வியப்பையும் பயத்தையும்
அவள் பிறந்த
மருத்துவமனை முன் நின்றே
அனுபவம் கொண்டேன்.

மூடிக்கு அடியில் சுழலும்
குறுந்தகட்டின் சீனத் தந்தி
போகிறபோக்கில் உதித்த ஒலித் துணுக்கு
பொருக்குத் தட்டிய நினைவெதையோ நெருடியதா,
வலித்து முடிந்து மறந்தே போன
துயர்மலையின் உச்சியிலிருந்து உருண்டபடி
கண்மல்கினேன்.

இப்படித்தான்
எங்கோ என்றோ இருந்தபடி
தற்கணத்தின் இவ்விடத்தில் இருந்தவா
றிருக்கிறேன்.

ஆனால்
சிவப்பும் மஞ்சளும் இளநீலமும்
குழம்பிய நேற்றைய அந்திவானத்தில்
போகும் திசையை
சட்டென்று மாற்றித் திரும்பிய
ஒற்றைப்பறவையைக் கண்டபோது
எங்கும் எப்போதும் இல்லாதவன்
ஆனேன்.

பார்வை மட்டும் இருந்து
பறவையோடு இணையாய்
நகர்ந்தது.

●

பூமிப் பந்தின் உச்சியில்

அமர்ந்திருந்த தவளைக்கு
தவளைகளின் பேரரசன் என்ற நினைப்பு போல
முன்னங்கால் ஊன்றித் தலைநிமிர்த்தி
வீற்றிருந்தது.
மழைக்காலப் பாடகன் என்ற இறுமாப்பும்
இருக்கலாம். அடிக்கடி கொரகொரத்தது.
தியானம் போன்ற தூக்கமோ
தூக்கம் போன்ற தியானமோ
புவிவாழ்வின் லட்சணம் பார்க்க
அரைக் கண் போதுமென்ற வன்மமோ
பாதி இமை மூடியிருந்தது.

பூச்சிக் கனவு வரும்போது
முழுக்கண்ணும் மூடுகிறது
பாம்புக் கனவில் பதறும்போது
உருட்டி உருட்டி விழிக்கிறது என்று
நானாக நினைத்துக்கொண்டேன்.
தாவுவதற்குச் சேறு தவிரப்
போக்கிடமற்ற ஜீவன், பாவம்.
எனக்குள் கசிந்த இரக்கம்
எனக்கே தாளவில்லை.
சொல்லிக்
கொண்டே போகலாம், நீங்களும்
ஆர்வமாய்க் கேட்கலாம். இருக்கும்
கவலை போதாதென்று
தவளைக் கவலை வேறா என்று
சலித்தும் கொள்ளலாம். ஆனாலும்,
எதற்காகச் சொல்கிறேனென்றால்,

பூமிக் கூரையின் வெளிப்பக்கம்
அமர்ந்த தவளையை
எங்கிருந்து பார்த்தேன்?

தவிர,
    இது என்னுடைய ஆச்சரியமா,
    தவளையுடையதா?
மேலும்
    அந்த உயரத்தின்
    அந்த வேளையில்
    நான் வேறு, தவளை வேறா.

மீன்களின் சுதந்திரம் அபரிமிதமானது.

வலப்புறம் போகலாம், இடப்புறம் போகலாம்
முன்னோக்கி நீந்தலாம் மேல்நோக்கிப் பாயலாம்
துடுப்புகளை ஓயவைத்து நிம்மதியாய் மிதக்கலாம்
கிணற்று மீன்களுக்குக்
கிணற்றளவே உலகம். சிறியதுதான்
எனினும்
பூரணமானது.
கடல் மீன்களின் சுதந்திரம் கடலளவு பெரியது.
ஆற்று மீன்களைக் கேட்கவே வேண்டாம்,
எந்நாளும் பயணம்தான், எந்நாளும் நன்னீர்தான்.

வானுக்கெனப் பிறந்தும் தரையில் இரைதேடும்
பறவைகளைவிட மீன்கள் யோகசாலிகள்.
நீருக்குள் சுவாசிக்கும் வைரிகளும் அதிகமில்லை.

இருப்பினும் இருப்பினும்
மீனுக்கொரு குறையுண்டு.
நீருக்கு வெளியே
வாழ்வில்லை அதற்கு.

அறிவுக்கு உருண்டையாக
அனுபவத்தில் தட்டையாக
இருப்பது என் உலகம்.
உனக்கும் அப்படித்தானே?
இதில்
உயிர்ப்பொருட்கள் ஜடமாவதும்
ஜடங்கள் விசைகொண்டு நகர்வதும்
அன்றாடக் காட்சி.

ஆனால்,
ஒரு வேறுபாடு – நீ
போகுமிடம் சேர்ந்து
தன் இடம் மீண்டு
நாட்களைக் கழித்துக்
கோக்கிறாய். நானோ
முடிவற்ற ஆழம் நோக்கி
சதா வீழ்ந்தவாறிருக்கிறேன்.
    சிலவேளை வெளியே
    பலவேளை உள்ளே
தவிர, கடிகாரம் தீண்டா நுண்கணத்தில்
ஒட்டக் காலியாகி
மறுகணத்தில்
சரசரவென மீண்டும் நிரம்பித்
ததும்புகிறது என் உலகம்

தர்க்கம் அறியாச் சிறு தளிரோவெனில்
தானாய் வளர்ந்து படர்ந்து
பெருமிதமாய் நிறம் அடர்ந்து
எதிர்ப்பின்றி நிறம் மாறி
இயல்பாய் உதிர்ந்து காற்றில்
மிதக்கிறது – உரமாய்ப் புதைந்து
இலையாய் மீண்டும் புலர.
மேலும்
மேல்நோக்கிப் பாயும் மழைத்துளியைக்
கண்டதுண்டா யாரும்?

தீராப் பகல்

இக்கரை நீங்கி அக்கரை போகும் படகு
நீரைக் கிழித்துப் போடும் கோடு
உடனடியாய் அழிகிறது. புண்பட்ட
தடயமின்றி நகர்கிறது பெருநதி.

பூங்கா மரத்தில் கீறிப் பொறித்த
பெயரும் சின்னமும் மரத்தோடு வளர்ந்து
பதிந்திருக்கிறது. காதலின் கதி பற்றி
பொறித்தவரே அறிவார்.

மழைக்காற்றில் கவிதைக்கு நிகராய்
சிறகசைத்துத் திரிகின்றன
ஈசல்கள். இருட்டியதும்
துணிச்சல்கொண்டு வெளியேறி
என்னை மிரட்டிய தவளை
பாஷோவின் கவிதையிலிருந்து
வருவதாய்ச் சொன்னது.

ஓங்கி உயர்ந்த
ஆயிர வருடப் பெருமைக் கோபுரம்
நானெல்லாம்
எத்தனை கோடையும் மழையும்
பார்த்திருப்பேன் என்கிறது.

பதிவு கொள்ளவும்
பதிவைத் தள்ளவும்
ஓயாமல் சலிக்கும் மாயச் சல்லடை
கசடை மீந்து
ரசத்தைத் தள்ளுகிறது.
அதன் வழக்கம் அப்படி.

மீந்திருக்கும் நானும் நீயும்
கசடா ரசமா,
யார் சொல்வது? நல்லவேளை,
வெளியில் இல்லை சாட்சியம்,
என் இருப்புக்கு
நானே சான்று. கவலையை விடு,
நீ இருப்பதற்கும்தான்!

●

லட்சோப லட்சம் பேர்
நிம்மதியாய் உறங்க
உறைபனியில் துப்பாக்கியுடன்
விழித்திருக்கிறார் ஒருவர்.
கோடிப்பேர்
வறுமையில் நசுங்க
பணப்படுக்கையில் நிம்மதியாய்
உறங்குகிறார் ஒருவர்.

கோடானுகோடி விண்மீன்களில்
ஒன்று இடம்பெயர்ந்து
புயல் உருவாகிறது
நாடுகள் நனைந்து கரைந்தழிய.
கோடானுகோடிப் பாளங்கள் உருகி
ஆண்டுமுழுக்க என்
தாகம் தீர்கிறது.
குவளைத் தண்ணீரில் ஒரு துளி
மூச்சுக்குழலை எட்டிப் பார்த்ததும்
யாரோ நினைக்கிறார் என்று
தலையைத் தட்டுவாள் அம்மா.

கோடானுகோடி மனங்கள்
பார்த்து விடுத்த ஒற்றைச் சொல்லை
தியானித்து ஒரு வரி கோக்கிறேன் நான்.
கோடானுகோடி நான்களின்
ஒற்றை வடிவமான நான். பின்
பகலின் ஓசைகள் அடங்கி
இருளின் ஒலிகள் விழிக்கும்போது
நிபந்தனையற்றுக் கரைந்து
போகிறேன்.

கோடானுகோடி வரிகளின்
ஊர்வலத்தில்
கடைசியாய்ச் சேர்ந்த துணுக்காய்
தானும் போகிறது
நான் விடுத்த ஒற்றைவரி.

●

கைவசம் ஒரு பந்து இருக்கிறது.
ஒளியால் நிரம்பி
பளிங்காய் உருள்வது.
நிறங்களும் ஒலிகளும்
ததும்பிப் பொலிவது.
பந்தினுள் புரண்டு பொலிந்த
பந்திலிருந்து வெளியேறி
வந்தபோது கிடைத்தது.

பந்தினுள் நான் இருக்கிறேன். இது
என்னை மட்டுமல்ல,
உன்னையும் கொள்ளும்.
உன் பாட்டனையும் கொள்ளும்.
முப்பாட்டன்மார்கள் விளையாடி
ஓய்ந்த களம்.

வெறியோ வேதனையோ மீறும்போது
உதை பந்தாக்கி
எட்டி எறிய முனைகிறேன்.

நிரந்தரமாய்
எதிர் அணியில் இருந்து
என்னை வெளித் தள்ள
எந்நேரமும் சுழன்றவா
றிருக்கிறது அது.

பந்துடன் பொருதவன் என்று
வரலாறு குறித்துவைக்கும்
என் பெயரை – தன்
ஈரம் உலர்ந்த பக்கங்களில்.

பின்னொரு நாள்
    இல்லாமலாவேன்.
    பந்து இருக்கும்.
    பந்தை வைத்து வென்றவர்களும்
    பந்தாக உருண்டவர்களும்
    வெளியேறிப் போனபின்

எஞ்சிய மைதானத்தில்
    இஷ்டம்போல உருளும் பந்து.

ஏனைய வேளைகளில்
    தானே உருமாறும்,
    மைதானமென.

அந்தரத்தில் நிற்கும் வலி
அறிவீரா?

கால்களுக்குக் கீழே
முடிவற்ற ஆழமென
அதல பாதாளம். மேலே
ஆகாயம் தாண்டி நிறைந்திருக்கும்
வெற்றிடம். விழுங்கிய மிடறு
இரைப்பையில் சேர
யுகக் கணக்காய் ஆகிறது. என்றோ
தலை கிறங்கி
வீழ்ந்த பார்வை
தரை சேரவில்லை இன்னும்.

எங்கிருந்து பெறுகிறேன் சுவாசத்தை?
ஈட்டிப்பெற்ற காற்றுத் துணுக்கு
வெளியேறித் தஞ்சம் புகுவதெங்கே?
எங்கிருந்து எங்கு போகும் காற்றில்
வேர் விலக்கிய சருகென அலைக்கழிகிறேன்
என் நிறத்தின் பெயர் என்ன
தலைமுடியின் நீளத்தை
முடிவுசெய்தது யார்
கேள்விகளைத் துரத்தி
தட்டாரப் பூச்சிகள் போல்
சுற்றிவரும் பதில்கள்.
இருக்கவே இருக்கிறது
யூகத்தை முதலில் உரைத்து
தர்க்கத்தைப் பிற்பாடு எடுத்துச்
சொல்லும் மரபு.

யூகத்துக்கும் தர்க்கத்துக்கும்
இடையிலான அகழியில்
முதலைகள் மிதக்கின்றன
தாமரைகள் மலர்கின்றன
இரவின் ஆழத்தில் வெளிச்சமும்
பகலில் நிரம்பிய இருட்டும்
மரணத்தின் சாயலில் வாழ்வும்
வாழும் பாவனையில் சாவும் என
செத்துச் செத்துப் பிழைக்கிறது யாவும்.

இறந்தவை அனைத்தையும் உயிர்ப்பிக்கும்
அமிர்தத்தின் முதல் துளி
என் மீது சிந்தியதும்
இறந்தவனானேன்.
அந்தக் கணத்தில்
அகழி பாற்கடலானது.
ஊற்றெடுக்கும் விஷத்தை உண்டு
உயிர் தரிக்கலானேன்.

●

அறைக்குள் சுற்றிவரும்
கருங்குளவிக்கு
ஆகாயம் பத்தடிக்குப் பத்தடி. ஆனால்
அது அறியுமா என்று
எனக்குத் தெரியாது.

குகைக்குள் அடைந்த
ஆதிமனிதனின் முடிவிலியில்
நானே அதிமனிதன். இதை
அவன் அறிந்திருக்க
வாய்ப்பில்லை.

இதுவும் யூகம்தான்.
தெரிந்தது போல்
எடுத்துரைக்க
எல்லார்க்கும் இயல்வதில்லை. ஆனாலும்
ஒவ்வொரு வேளைக்கும்
ஒவ்வொரு உரையாளர். பிரச்சினை
என்னவென்றால்
சொல்லும்போதே பழசாகும்
சொற்கள் உதிர்ந்த பின்னர்
கிளர்ந்து எழுவது
வேறொரு
பேரண்டம்.

அன்றாடம் போகும் வரும் மேகம்
இன்று ஏனோ முடிவெடுத்து
தீர்த்தம் உதிர்க்கிறது
தாகம் தீராவிடினும்
நாவு நனைந்ததென்று
களிகூரும் இலையினம்.

சற்றுமுன் மலர்ந்த பூவுக்கு
ஆயுள் அதிகமில்லை – கோடை நாளிது
எனக்குத் தெரியும் என்று
அதனிடம் எப்படி . . .
எதற்குச் சொல்ல?
தன் போக்கில் மலர்ந்து
தானாக மணம் வீசி
காற்றுக்கிசைந்து அசைகிறது

என்னோடு நான் நின்றிருந்தேன்
கடைசி அலை ஓய்ந்தபின்
கால் நனைக்க. சிவந்த உடல்
கறுக்கக் கறுக்க வேடிக்கை
பார்த்திருந்தது ஆகாயம்.
தொலைவில்
வெகு தொலைவில்
அந்தரத்தில் அடித்த முளைகளாய்
படகுப் புள்ளிகள்.
மூடிய உடைகளுக்குள்
அம்மணமாய் நிற்பதென உணர்ந்தேன்.
தற்செயலாய் வெட்டிய மின்னல்
வேவு பார்த்துப் போவது
யாருக்காக?

தோண்டாதே ஊற்றெடுக்கும்
கேள்விகளைத் தாண்டி
உரத்து ஒலித்தது இன்னொரு
குரல். கடல்தான்:
கடைசிப் பரதவன் பசித்
திருக்கும் வரை
ஓய்வது எங்ஙனம்?
கம்மிய குரலில் தொனித்தது
விசாரணையா விசனமா
ஆதங்கமா ஆயாசமா?
குரலுக்குப் பொருளேற்றத் துடித்த
மனத்தைக் கயிற்றால் இறுக்கினேன்.

எனக்குமே
லேசாகப் பசிக்கிற மாதிரித்தான்
உணர்வு. என்றாலும், தனித்திருக்கும்
சமுத்திரத்தை விட்டகல விருப்பமில்லை.
துடிப்பின்றி சாந்தம் தவழும்
நீர்த்தரை பார்க்க ஆசையும் கூட.
காற்றறியாக் கனவைச் சுமந்து

அலை ஓயுமென நானும்
வலை ஓயுமெனக் கடலும்
காத்திருக்கிறோம்.

எதிர் இருக்கை இளம்பெண்
கண்மூடி இருக்கிறாள்.
பார்க்கப் பார்க்கப் பரிச்சயமாகி
வருகிறது முகம்.
கண்ணாடிச் சுவர் போலப்
பிணைக்கவும் பிரிக்கவுமாய் ஒரே
வேளையில் செயல்படும் காற்று
மட்டும் இல்லையென்றால்
எனக்கும் அவளுக்குமான தொலைவும்
இல்லை. மகள்போல ஓரிரு சொற்கள்
பகிரவும் செய்யலாம்.
கணநேரம்
கவனம் திருப்பி மீண்டும் படியும்போது
ஜன்னல் கம்பியில் தாளமிடுகின்றன
காந்தள் விரல்கள்.
மனத்தின் ஆழத்தில் அவள் ரசிக்கும்
பாடல் இன்னதென்று அறிய
ஆவலாய் இருக்கிறது.

அதைவிட,
பார்த்தறியா மலரின் பெயர்
என் மன ஆழத்தில்
பீறிய விதம் அறிய
இன்னும் ஆவல். ஒலிகளும் மணங்களும்
காட்சிகளுமாய்
என்னென்னவெல்லாம் கிடக்கிறதோ
நிலவறையில் என்றறியப்
பேராவல் கொள்கிறேன்.

பின்னணியாய்த் தொங்கும் கடந்தகாலம்
திரைதானா, சதுப்பு நிலமா? அதிலும்
நிறங்களுண்டா, பாத்திகள் உண்டா?

எனக்கொரு பங்கும் உண்டா? அல்லது
முகமற்ற ஆதி உரிமையாளன் பார்வையில்
காந்தள் விரல்க்காரி
மகளேதானா?
வேறெவருமா?

இதுவொன்றும் அறியாமல்
தானாய் உறங்கிவிட்டாள். தன்
நிலையம் வரும்போது
இறங்கியும் போய்விட்டாள்.
நான் மட்டும் தொடர்கிறேன்
ஊர்போகும் தோளில்
உபரிப் பளு சுமந்தபடி.

பாட்டி கதையிலிருந்தோ
படக் கதையிலிருந்தோ
ஜாடிக்குள்ளிருந்துதானோ
    வெளிவந்த பூதத்தை
நிஜமென்று நம்பியது
என்னுடைய தவறேதான்.
அவர்கள் உலக
நியதிப்படி அடிமையாய் இல்லாது
ஆளத் தொடங்கியது என்னை.

என்னுள் புகுந்த பூதம்
நானேயாகி
தலைவிரித்தாட முனைந்தபோது
பாடப் புத்தகங்களில் புதைந்திருந்தேன்.
உலகமோ
முலைகளாலும் துளைகளாலும் வசீகர
ரோமங்களாலும் நிரம்பிவந்தது.

தானும் உருப்பெருத்த பூதம்
பிடரியைப் பிடித்து அழுத்தியபோது
கண்ணில் குத்தியது கடிகார முள்.
பத்துமணிக்கு முறுக்கேறி
ஐந்து மணிக்குத் தளர்ந்திளகும்
சுருள்வில்லானேன்.

இன்று
நல்லெண்ணம் கொண்டதுபோல்
நடத்திச் செல்கிறது கைபிடித்து.
எதிர்வரும் யுவதிகளின் முகத்தில்
நான் எங்கோ விட்டுவந்த
இளமையைத் தேடிவர.
விடிந்தது முதலே கவியும்
இரவுக்குள்
நடைபழகும் குழந்தையென
உடன் செல்கிறேன்.

எம். யுவன்

பூதத்துக்குப் பகலிரவு உண்டா?

இரண்டும் குழம்பிக் கிடக்கின்றன
என்னுள்.
 சில வேளை,
கனவின் பாதையை நிஜமென நம்பி
உலகின் விளிம்புவரை நடந்து
தவறான தப்படி இடறி
தடுமாறித் தலைகுப்புற வீழ்கிறேன்
 அதே உலகினுள்.
சகலமும் இடம் மாறி விட்டது.
 வீழும்போது
பகலாய் இருந்தது
தரைதொடும்போது
இரவாய் இருக்கிறது அனைத்தும்
தலைகீழாய் இருந்தும்

அடையாளம் மறக்கவில்லை —
என்னுடைய உலகமேதான்.
எனக்கும் பூதத்துக்குமான
ஒரே உலகம்.
செய்வதற்கும் ஒன்றுமில்லை
காற்றை ருசிக்கும் கற்பூரம் என
உருவழியலாம். அல்லது
அச்சத்தின் உச்சியில்
கையைக் காலை அசைப்பதுபோல்
பாவனை செய்யலாம்.

அல்லது,
நானே பூதமென
வேடிக்கை பார்க்கலாம்.

●

மொழிக்குள் சிறையிருந்த பட்டாம் பூச்சியை
விடுவிக்க முயன்றேன். படபடத்து
சிறகடித்து எதிர்த்தது. ஆனாலும்
சொல்லில்லை நீ என்
றெடுத்துரைத்து
பறக்கவிட்டேன் – பெயரற்று
பயணம் தொடங்கியது. உடன்
பறந்தேன் நான்.
இன்னும் இன்னுமென்று அது
விலகி நகரும் வெட்டவெளி
தானும் நகரக் கிளம்பியது.

வெளியிலா என்னுள்ளா
மயக்கம் தீராது
பெயரற்ற காற்றினூடே பெயரற்ற
வண்ணங்கள் எதிரொளிக்க
காற்றின் தனிமையில் கலந்து
நிகழ்கணத்தின் நீரோடையில் மிதக்கிறோம்.
கணமோவெனில்
தக்கைபோல சங்கிலிபோல
பாறைபோல வெகுளிபோல
தோற்றங்களின் மயக்கத்தில்
இருந்து இருந்து
இல்லாமலாகிறது. மீந்திருக்கும்
வண்டலில் சித்திரம் தீட்டி

நகரும் புழுக்களின் பெயரையும்
நான் அறியேன். ஆயினும் அவை
வனையும் நேர்கோடுகள்
வளையும்போது
சிலவேளை தெரியும்
முகச் சாயைகளில் ஒன்று மட்டும்
அச்சு அசலாய் எனது.
அடையாளம் தெரிந்தமட்டில்
என் பெயரும் அழிகிறது.

மற்றபடி, உலகம்
முழுசாக இருந்தது
முன்போன்றே.

# இருத்தலும் இலமே . . .

**1**

அம்பாலா நிலையத்தில்
ரயிலுக்காக நின்றவள்
அம்பாள்போல இருந்தாள்.
அருகில் நின்ற
மற்றொருத்தி
இந்திராகாந்திபோல இருந்தாள். அதற்கு
சில காலம் முன்
இன்னொரு பெண்மணி
இந்திராகாந்தியாகவே இருந்தார்.

நான் என் அப்பாபோல இருக்கிறேன்
அப்பா அவரது அம்மாபோல
அவர் அவரது அப்பாபோல. முத்தாத்தா
தற்போது கடவுள்போல இருக்கிறார்.
திதிநாள் தவறாமல் வந்து வந்து
பருக்கை கொரித்துப் போகிறார் – அச்சமயம்
காக்காய்போல இருக்கிறார்.

என் பெண் சிசுவாக இருந்தாள்
அம்மணமாய்த் திரிந்தாள் – மெல்ல மெல்ல
இறுக்கி மூடிய உடைக்குள்
புகுந்தாள் – திடீரென்று ஒருநாள்
பயந்த முகத்துடன் ஓடிவந்து
தாயின் காதில் ரகசியம் சொன்னாள் – இன்று
என் தெருவின்
தேவதையாக இருக்கிறாள்.

முந்தாநாள் பார்த்தேன்
மொண்ணையாக இருந்தது –
இன்று பார்க்கிறேன்
முழுசாக இருக்கிறது

எம். யுவன்

ஆகாயம் முழுவதும் பால் நிறமாய்ப்
பொலிகிறது. ஆச்சரியமாய்ப்
பார்த்தபடி கடந்து செல்கிறது
புதிதாய் வந்த குட்டி மேகம்.

2

அப்பாவைப்போல நான் இருக்கிறேனா,
என்னைப் போல என்
நிழல் இருக்கிறது.
எருமை மாட்டின் நிழல்
எருமை மாட்டைப் போல இருக்கிறது
எருமை மாடு யாரைப் போல
இருக்கிறது – தாய் போலில்லை
தாய்வழி தந்தைவழிப்
பாட்டன் பாட்டிகள் போலில்லை
தகப்பனைப் போலவும் இல்லை
வம்சத்தின் தொகுப்பு என
எருமை மாடு
எருமை மாட்டைப் போல் இருக்கிறது.

என் வீட்டில் தன்வீடு போல
வளரும் எலி
நான் பார்த்ததைத்
தான் பார்த்த தகவல் உரைக்க
குறுக்கும் நெடுக்கும் பாய்கிறது.
தீவிரமான பிரச்சினையில் குடும்பம்
சிக்கும் வேளைகளில் பதட்டமாய்
ஓடிக் கடக்கிறது. பொழுதைக்
கழிக்க அவதியுறும் இரவுகளில்
எனக்குப் பிடித்த நூல்களைத்
தானும் தேர்கிறது.

நண்பர்கள் போல வருகிறார்கள்
ஒரு சொல் தடுக்கி
விரோதி ஆகிறார்கள்
நாயகனாய் இருக்கிறார்கள்
உள்நோக்கம் வெளிப்பட்டு
துரோகி ஆகிறார்கள்
தீரனாய் இருக்கிறார்கள்
வழுக்கி விழுந்து
கோமாளி ஆகிறார்கள்
இருக்கிறார்கள் இருக்கிறார்கள்
இருந்துகொண்டே இருக்கிறார்கள்

தீராப் பகல்

ரத்தத்தின் ஆணைப்படி
மாறியவா றிருக்கிறார்கள்.

ஞாபகத்தில் இருப்பவர்
தாண்டிப் போகிறார்.
ஞாபகத்தின் வெளியிலுள்ளோர்
எங்கே உள்ளார்? சிலவேளை
நினைவின் பரப்பில் நுழைந்து
வெளியேறிப் போகிறார்கள்
சாணைக் கல்லின் தீப்பொறி போல.
குகை மனிதன் வடிவெடுத்து
அரணிக் கட்டையில் தீ
வளர்க்கிறேன். குதித்துப் பாயும்
சுடரின் துளியில் பொசுங்குகிறது
மறதியின் கசடு.

பிறக்கும்போதே இறக்கிறார்கள்
இறந்த பின்னும் பிறக்கிறார்கள்
நான் பார்க்கப் பிறந்தவர்கள்
என்னைத் தாண்டி உயர்கிறார்கள்
ஏதேதோ காரணத்தால்
பிரபலமாய் ஆகிறார்கள்.
பிரபலம் இழந்தவர்கள்
தெருப்புழுதி ஆகிறார்கள்.
இரண்டு வகையுமே
திருவுருவம் ஆகிறார்கள்.
நானானால்
பார்த்துக்கொண்டே இருக்கிறேன்.
நீயும் பார்க்க
நகர்கிறது விநாடிமுள்
பார்க்கும் விழிகளைப்
பகடியாய்ப் பார்த்தபடி.

பிறந்தேன் என்பது
தெரியுமென்பதால்
இறப்பேன் என்றும்
தெரிகிறது. என்றோ
நிகழவுள்ள அற்புதம்
இப்போதே மின்னுகிறது
புகைப்படக் கூண்டில் சிறைப்பட்ட
சிறுத்தையின்
உறுத்து எரிக்கும் கண்களில்.

இருப்பதும் இல்லா
திருப்பதும் ஒன்றுதான் என்
றறிவித்து மயக்கிய
அத்வைதப் ப்ரபு
கண்ணாடிச் சட்டகத்தில் மாலையோடு
இருக்கிறார். ஆதி முனியின்
வாரிசுப் பட்டம்
பளிங்குருவாய் அமர்ந்து
பாலிக்கிறார்
போதனை செய்யாச் சிலையாய்.
என் பெயர்தான் அவருக்கும் –
பட்டங்கள் மட்டும்
உபரி.

சிற்பியின் கனவா
பக்தனின் பயமா
பூசாரியின் தொழில்திறனா
கடவுளேதானா
யாருக்குத் தெரியும்
அபயக் கரத்தின்
இலக்கற்ற அருளுடன் உறைந்து
நிற்கிறது கல்வடிவம்
காலங் காலமாய் எண்ணெய்
அப்பிய கறுப்புடன்.

**3**

இரவின் செய்தியாய்
இருள் இருக்கிறது –
வெளியேயும் உள்ளேயும்.
உள்ளே என்றுரைத்ததில்
இரு பொருள் இருக்கிறது – மூடிய
ஓட்டினுள் இருநிறக்
கருக்கள் போல. நன்மைபல
தருவதாய் உறுதி சொல்லும்
தலைவரின் வார்த்தைக்குள்
பல பொருள் இருக்கிறது –
ஆலகால சர்ப்பத்தின்
ஆயிரம் நாவுகள் போல்.

இருப்பதைக் கொடுத்துவிட்டு
ஓடிப்போ என்றது
எதிர்வந்த கணம்.
இருந்ததெல்லாம் கொடுத்தேன்
உயிர் மட்டும் மீத்துக்கொண்டு.
எஞ்சிய சிற்றுயிர் இருக்கிறது
தன் மீது ஊர்ந்து சென்ற
துர்க்கனவை சீராட்டியபடி.

அப்போது இப்போதாய் இருந்தது
அவள் இருந்தாள்
முத்தத்தின் எச்சில்மணம்
தழுவியது. பின்னொரு நாளிலும்
இப்போது இருந்தது.
பிரிந்து போகும்ரயிலின்
பின்புறம் போல
கறுத்திருந்தது என் மனச் சுவர்..
தீராவெம்மையின் அகவடிவாய்
நெஞ்சுக்குள்கசிந்த நிணமும்
வற்றிவிட்டது
இப்போது
இப்போது மட்டும் இருக்கிறது
எப்போதும் போல.

எதிரெதிர் விளக்குகளின்
இடைப்பட்ட பகுதியில்
வீழும் நிழல்கள் ஒன்றி
லொன்று மறைந்திருக்
கின்றன – ஈருடல் ஒருயிராய்
இசைந்துறையும் இணைபோல
ஆயிரம் பிணக்குகளை
அபாரமாய் விழுங்கிவிட்டு.

சமுத்திரமாய் விரிந்திருக்கிறது வானம்
வான்போலப் பரந்திருக்கிறது கடல்
இதன் சாயலில் அது
அதன் சாயையில் இது
சாயல் இல்லை நிஜம்
என்று நம்பும் ஒரு கணத்தில்
மீன்கள் பறக்கின்றன
வல்லூறுகள் நீருள் துழைகின்றன
ஆகாயத்தின் நிலைப் பரப்பில்
வெள்ளலைகள் புரண்டு மறிகின்றன.

## 4

ஒரேயொரு தடவை வெண்மையைப்
பார்த்தேன் – வெண்மை யென்
றறியாப் பருவத்தில். இன்றுவரை
பார்த்து வருகிறேன்
பஞ்சு பால் முட்டை ஓடு மேகம் என
ஆதி வெண்மையின்
வெள்ளைநிழல்களை.

கண்ணாடியைப் பாடாத கவிஞனில்லை
தத்தமது கண்ணாடி பற்றி
பார்க்கக் கிடைத்த தம்மைப் பற்றி
ஏதேதோ சொல்லிப் போயினர்
என்னுடைய கண்ணாடி பற்றி
எவருமே சொன்னதில்லை
என்று என்னெதிரில்
பிம்பமற்ற பிம்பத்தைக் காட்டுகிறது
முதன்முதல் அமீபா.
தோன்றுமுன் கிடந்த காட்சியென
பரிணாமப் பாதையில்
நுழைவதற்கு முன் கணத்தில்
என் முகம் இருந்ததைக்
காட்டுது என்
ஆசைக் கண்ணாடி.

விருட்சமாய் இருக்கிறது
விதையின் எதிர்காலம்
புகைப்படத்தில் உறைகிறது
என்றும் மாறா இறந்த காலம்
எதிர்வரும் உருவைக் காட்டியும்
அகன்றதும் மறக்கவுமாய்
என்றென்றும் கண்ணாடிகள்
காட்டித் தொலைப்பது
நிகழ்காலத்தை மட்டும்.

நார்ஸிஸஸ் நாளைய கண்ணாடி
தண்ணீராய் இருந்தது
பாஞ்சாலியின் நாட்களில்
தரையாய் மிளிர்ந்தது.
வன்மம் கொதிக்கும் என் மனத்தை
எதிரியின் முகம் காட்ட
பலமுறை பார்த்ததுண்டு
அன்றும் என்றும்
கோடானுகோடி ஜனங்கள்

உலவியும் உறங்கியும்
நிலமெங்கும் பரந்த வெறுமையின்
ஓட்டப் பாதையென
இதோ
அளவற்ற கருமையாய்
விரிந்திருக்கிறது விசும்பு.

நான் எதிராளியில்லை
எதிர்வரும் ஆளைக் காட்டும்
கண்ணாடியாகிறேன். எதிரில்
வருபவர் எனக்குக் கண்ணாடி.
எதிரெதிர் நிற்கும் ஆடிகள் என
முடிவற்றுப் பெருகும்
பிம்பங்களைப் பிறப்பிக்கிறோம்.
தற்போதைய வாக்கியங்களை
பரஸ்பரம் பரிசளிக்கிறோம்.
ஒளியென்றால் பிம்பம்
இருளில் அமிழ்ந்தால் நிழல்
என்று உரத்துக் கூவுகிறது
ஊர்க்குருவி.

வரலாற்றின் கருநிறச் சாலையில்
திரும்பத் திரும்ப முளைக்கின்றன
மைல்கற்கள்.
துறவுக்காக தேசம் இழந்தவனும்
உறவைக் கொன்று ஆட்சி அடைந்தவனும்
மாறி மாறி வருகிறார்கள். நானும்
யாரிடமோ எதனுடனோ சார்புகொண்டு
சாகிறேன் சாகடிக்கிறேன் சாகக்
கொடுக்கிறேன். மரணத்தின் துக்கம்
கவிந்ததென
கருநிறமாய் விரிந்திருக்கிறது
சரித்திரம்.

என் குழந்தைகளுக்கு விட்டுச் செல்ல
என்ன இருக்கிறது
வடுக்களோடு நின்றிருக்கும்
கரைந்த மலைகள்
நோய்களை சாபத்தை சுமந்து நகரும்
ஜீவ நதிகள்
மட்காத குப்பையென ஞாபகங்கள்
இவைபோக, எந்நேரமும்
அவர்கள் முதுகில் உறுத்தும்
அம்பறாத் தூணி.

## 5

ஆதிமனிதனிடம் மொழி இல்லை
ஆனாலும்
பேச்சுத்துணை வேண்டியிருந்தது.
ஆதி மனுஷிக்கும்தான்.
கானகமெங்கும் தேடி
மற்றவரைக் கண்டனர்.
உடம்பின் ரகசிய மொழியில்
உரையாடல் தொடங்கியது.
நபர்கள் இடங்கள்
பிராந்தியங்கள் தாண்டி
வெளிச்சம் போலப் பரவிய
உரையாடலின் நீட்சியாய்
இதோ நாமிருவர்
கதைக்கிறோம். தழுதழுப்பு
மண்டிய இக் கணத்தில்
நான் ஆணா பெண்ணா
தெளிவில்லை. என் பாலினத்தை
நீ நிர்ணயிக்கிறாய்.

எல்லா நாட்டிலும் எல்லா நாளிலும்
ஆண்கள் ஆண்களாக இருக்கிறார்கள்
பெண்கள் பெண்களாக.
காதல் முற்றிக் கிறுகிறுக்கும் வேளையில்
ஆண்கள் பெண்களாகிறார்கள்
பெண்கள் ஆண்களாக.

தாத்தாவின் உயிர்
வெற்றிலை சீவலில் இருந்தது. அவர்
சொன்ன கதையின் மந்திரவாதி உயிர்
ஏழு கடல் ஏழு மலை தாண்டிப் பறக்கும்
கிளியின் உடம்பில். பாட்டியின் உயிர்
தங்க நகைகளில். தாய்வழித்
தாத்தாவுக்குத் தாசிகள் மீது. தாய்வழிப்
பாட்டிக்கு சுலோகங்கள் மீது. எனக்கு
கொஞ்ச நாள் சிகரெட்டில். அப்புறம்
புத்தகங்களில். என் மகனுக்குக்
கிரிக்கெட்டில். மகளுக்கு அலைபேசியில்.
மனைவிக்கு எங்களை ஆளாக்குவதில்.
ஊரில் உள்ள உயிர்களெல்லாம்
உடம்புக்குள். மனித உயிர் மாத்திரம்
உடம்புக்கு அப்பால்.

# 6

யாரும் சொல்லாமல் விடிகிறது
யாரும் சொல்லாமல் இருள்கிறது
தானாய் மாறும் பருவங்களில்
தசை தளர்கிறது நரம்பு சுருள்கிறது
நரை வெளுக்கிறது ரத்தம் சுண்டுகிறது
தானாக நடக்கிறது எல்லாம். துரிதமாய்
நகரும் சாலைக்கு எதிர்த் திக்கில்
விரைவதாய்க் காணும் என் வண்டி
இருந்த இடத்தில்
இருக்கிறது. சாலை ஓயும் கணங்களில்
தானும் ஓய்கிறது. அந்நேரம்
குழந்தையாய் இருக்கிறேன். அன்பும்
பரிவும் வேண்டிக் குமைகிறேன்.

விநாடி நிமிடமாகிறது நிமிடம்
மணியாகிறது மணி நாளாகிறது
நாள் வாரம் மாதம் வருடம் என்று
போய்க்கொண்டே யிருக்கிறது
இதுவரை சரி
முதல் விநாடி பலூன்போலப்
பெருத்துக்கொண்டு போகிறதா
அல்லது
நட்டுவாக்காலியின் கொடுக்குப் போன்றோ
யந்திரத்துள் நுழையும் கரும்பு போன்றோ
கணுக்கள் கொண்டதா
அல்லது அல்லது
ஆரம்ப விநாடி மெல்லமெல்ல
உருமாறி உருள்கிறதா
யாருக்குத் தெரியும் – என்
கேள்விகள் என்னோடு
உன் பதில்கள் உன்னோடு.

என் நிழல் என்னைப் போல
உன் நிழல் உன்னைப் போல
ஆனால் ஆனால்
உருவமான நான் யாருடைய நிழல்?
இதைத்தான் கேட்டார் அவர், பாவம்.
விசனமாய்க் கேட்ட உள்ளூர் எழுத்தாளர்
நிழற்படத்தில்
உலகப்புகழ் தத்துவ ஞானியின்
நிழல்போன்றே இருப்பதை
நேற்றுக் கண்டேன்.

பகல் பொழுதில் பாறையாய் இருக்கிறது.
இரவு கவிந்ததும் இருளாகிறது.
நான் இருப்பது
பிறருக்குப் பெயராக
எனக்கு நானாக.
உறங்கும்போது யாராக?
கனவுகளில் என்னவெல்லாம்
ஆகிறேன். கனவுகள் ஓய்ந்து
உறக்கம் ஓயாப் பொழுதுகளில்
தன்னிலை இழந்த
சரணாகதி ஆகிறேன்.

நிறங்களின் தொகுப்பாகப் பகலும்
ஒரே நிற அடர்த்தியாய் இரவும்
என்றேனா, அந்நிய ஊர்ப் பகல்
வேறாக இருக்கிறது. எந்த ஊர் இரவும்
ஒன்றெனவே இருக்கிறது.
துயரம் படர்ந்த ஊரின் வெளிச்சத்தில்
இருள் அடர்ந்திருக்கிறது.
காதலோ வன்மமோ
பீதியோ மண்டுகையில்
இரவு பகலாகிறது. என்றும்
இரவும் பகலும் முயங்கும் அந்தி
சாம்பல் நிறமாய் இருக்கிறது –
முதுமையின் சாந்தமும்
கையறு நிலையும் கொண்டு.

ஒன்றன் மீதொன்றாய்ச் செங்கல்லும்
சாந்தும் அடுக்கி
மாதக்கணக்காய் மாடிக்கணக்காய்
உயர்வது கட்டடமா, இல்லை
ஒய்வற்று
சீராய்ச் சுழலும் அச்சின் மையத்தில்
வனைவுறும் பாண்டமா, இல்லை
சற்றே வலுத்த தூறலிலோ
கவனமற்ற இடறலிலோ
சிதைய
காத்திருக்கும் சிற்றிலா.
மலையென்றும் எரிமலையென்றும்
கடலென்றும் மணற் கடலென்றும்
வனமென்றும் நிரவிக் கிடப்பது
தரைதானா
சாட்சியம் ஏதுமற்ற
யூகத்தின் கொண்டியில்
பயன்படுத்தாதே பழசான
கந்தல் சட்டையா, இல்லை
யுகங்கள் கடந்தும் பூசணம் படராது
தொங்கும் சித்திரமா, இல்லை
யாரும் பார்த்தறியாப் பெருவெடிப்பின்
சிதில மிச்சமா.
காட்சித் திரையில் சோப்புக்கு
சிபாரிசாய் மலர்கிற
மார்க்குவட்டில் பொலிவது
வணிகச் சூழ்ச்சியா, இல்லை
காம எழுச்சியா, இல்லை
உயிர்ப்பெருக்கின் தாரையா.

இவ்வளவும் சொல்கிறேனே உன்
செவியில் ஒலிப்பது என்
குரலா, இல்லை
    மாய இழுவைக்கு ஆட்பட்டு
    புறத் தடயம் எஞ்சாது
    ஏதோ அடுக்கில் புதைந்த
    முகமற்ற மூதாதையின்
    எதிரொலியா. இல்லை
    என் குரல்போல் ஒலிக்கும்
    உன் குரலேதானா.

அடிவயிற்றைப் பிணைத்த இழையில்
தலைகீழாய்த் தொங்கி
ஊசலாடும் சிலந்தி அறியுமா
நகர்த்தும் முள் எதுவென்று?
கலைவடிவாய் நெய்து முடித்த
வலைக்குள் இரை வரும் வரை
தவமிருக்கும் சிலந்தியை
    தகனத்தின் இறுதிக்கணத்தை
    அறிவித்தபடி
    ஊதுபத்திப் புகை
    இழுத்துச் செல்லும் விநாடியை
வேடிக்கை பார்த்து நிற்கிறேன்.

எதிர்க்கரை நோக்கிக்
கீறிச் செல்லும்
ஒரே படகின் இருமுனைகளென
இருக்கிறோம்
நானும் ஒரு சிலந்தியும்.
முன்னால் கிழிந்து
பின்னால் இணையும் நதி
கரிசனமற்று நகர்கிறது.

உயிர்ப்பொருட்கள் இரண்டு
மற்றும்
ஜடப்பொருள் இரண்டின் மீதும்
சமமாய்ப் பரவி
சாவகாசமாய் நகர்கிறது
பகல்பொழுது – பூர்விக இருளின்
தடம் தேடி.

ஒரு சொல்லில் தொடங்கி
மற்றதில் முடியும் உரையாடல் நமது.
இடைப்பட்ட கண்ணிகள்
இன்னதென நிறுவுவது
ஒரு துளி ரத்தம்.

ஒரு நொடிச் சலனத்தில் பூமி குலுங்கி
சிதிலமாய் எஞ்சுகிறது சகலமும்.
ஒரு சொட்டுக் காதலில்
ஓங்கி எழுகிறது ஒரு வம்சம்.
ஒருகணம் மூடி மறுகணம் திறக்கும்
சிறகுகளால் காற்றை நகர்த்தி
தனக்கான வழி ஈட்டி
விரையும் பூச்சி
ஒன்று பலவாகும் விந்தையை
தான் சுமந்து செல்வதை
அறியுமா என்பதை
நான் அறியமாட்டேன். ஆனால்,
அதன் ஓயாச் சிறகுகளில்
கவனம் கொள்வேன்.

தன்னலமற்று ஊர் ஊராய் அலைகிறது
நிறைவயிற்று மேகம். எனக்குள்
அது விடுத்து நகரும் வெளியில்
தானாய்ப் பீறிப் பாய்கிறது
வலுத்ததொரு மூச்சு.

தற்செயல்போலத் தொடங்கி
வானோங்கி நிற்கும் வரலாற்றில்
இப்படித்தான்

ஏதோ நடப்பதற்கு
யாரோ உழைக்கிறார்கள்.
யார் யாரோ.

●

தீராப் பகல்

கோலிக்காயில் வென்ற
தீப்பெட்டிப் படப் புலி
பார்த்துக்கொண்டிருந்தபோதே
இறங்கிப் போனது.
    காட்சி சாலைக்கா
    வித்தைக் காட்சிக்கா
    கட்டங்களில் விரியும் மாயப் படக்கதைக்கா
    அந்நிய தேசக் கவிஞனின்
    அரைகுறைக் கவிதைக்கா
ஆய்ந்தறியும் அவகாசமின்றி
அரை நூற்றாண்டு
ஓடிவிட்டது.
    புலியின் ஆயுள்
    எத்தனை வருடமென்று
    புத்தகத்தைப் புரட்டிப்
    பார்த்ததில்லை.

இன்று
வேலைநிறுத்தம்.
அபூர்வமாய்க் கிடைத்த ஓய்வை
மனிதர்களுடன் பகிர விருப்பமின்றி
வந்து திரியும் இடத்தில்
பார்த்தேவிட்டேன்.
    அந்தப் புலிதானா
    சந்ததியா
    தெரியாது. சாயலில்
    துளியும் மாற்றமில்லை.
காட்டின் தோற்றம் காட்டி
சிறைப்படுத்திய வெற்றுவெளியின்
மையத்தில் நின்று வெறிக்கிறது

என் மூதாதையைப் பார்த்த
அதே கண்களால்.

●

## கண்ணாடிப் பாதை

நாறும் பற்களையும் மீந்த உறக்கத்தையும்
ஒன்றாய்த் துலக்கிவிட்டுப்
பார்த்தேன். ஈறில் வழக்கம்போல்
கசிகிறதா ரத்தம்.
பாதி மூடிய பார்வையில்
செவிமடல்கள் நீண்டு தொங்கின
சம்பூர்ணக் கிழவிபோல.
நெற்றியில் கவலைகள் அழுத்தமாய்க்
கோடிழுத்த வரிகள்
சற்றேறக்குறைய
காணவில்லை.
அன்றாடத்தின் பளு சுமந்து
அகண்ட தோள்கள்
ஒடுங்கி யிருந்தன. வயதின் தடயமாய்
எஞ்சிய முடிகள்
சுருளாகி விட்டன.
கழுவிய முகத்தைத் துடைக்க எடுத்த துணி
மார்பின் குறுக்கே.
ஆடுகள் மந்தையாய்த் திரியும் ஊரில்
தேடிப் பிடித்தால் குட்டியும் கிடைக்கும்.
கட்டடங்கள் மண்டிய ஊரும்தான்.
தாமரைக் குளங்களுக்குப் பஞ்சம்
என்றாலும்
பிம்பத்தின் மனத்தில்
முழுசாக மலர்ந்தது
என்றோ கண்ட மலரின்
பிம்பம்.

உடனிருக்கும் மனைவியுடன்
பெற்றெடுத்த பிஞ்சுகளுடன்
ஒட்டாமல் உணரும் தருணங்களும்
நேர்வது உண்டுதான்.

ஞானம் மட்டும் பாக்கி.
அதற்கென்ன,
வரும்போது வரட்டுமே.

●

பிறந்தது முதலாய்
காற்றின் திசைக்குத் தலையாட்டி
வளர்ந்துயர்ந்த மரத்துக்கு அப்பால்

மறு கையில் பீடியும்
ஒரு கையில் நீண்டு
நீர்நோக்கி வளைந்த
கோலுமாய் இருப்பவன் குந்திய
பாறையை ஒட்டி

உறுமீன் வருகைக்கு
ஒற்றைக்கால் தவமிருக்கும்
நாரைக்குச் சற்றே இப்பால்

அரவமற்றுக் களவாடி
நகர முனையும்
வெண்மேகத்துக்கு நேர்கீழே

    தொடங்குகிறது குளம்.

கோடையில் ஆகாய நீலம்
மாரியில் கரைந்தொழுகும்
கரையின் செந்நிறம்
உல்லாச அந்திகளில்
ஆரஞ்சுப் பழத்தின் ஒளிர்நிறம்
பித்தம் முற்றிய வேளையில்
பிடிபடாக் கதம்ப நிறம்
மற்றபடி
எந்நாளும் நீரின் நிறம் கொண்டு
இலங்குகிறது.

தானாய் ஊறி மறந்தும் போகும்
எண்ணங்களின் சாரியென
விளிம்புதொட்டு மீளும் சிற்றலைகள்
ஒருநாளும்
மையம் சேர்வதில்லை – புகாரற்று
எதிர்கொள்ளும் அலைகளில் மோதிக்
காணாமல் போகின்றன.

●

பேசிக்கொண்டே இருக்கிறார்கள்
        விமான நிலையங்களில்
        உணவு விடுதிகளில்
        கடற்கரைகளில்
        கழிவோடைக்கரை குடியிருப்புகளில்
        ஆலயங்களில்
        அவைகளில்
ஒலிகளின் வழி கைமாற்றித் தருகிறார்கள்
        அன்பை ஆற்றாமையை
        குரோதத்தை கொலைவெறியை
        காதலை கரிசனத்தை
        கடவுளை நாத்திகத்தை
தமது தலைமுறைக்கும்
சந்ததிக்கும்.
        சிலவேளை
        மௌனமும் பேசுகிறது
        உரத்து.

சொல்லும் சலனமும் இன்றி
பார்த்துக்கொண்டே யிருக்கும்
        பேசாப் பெருநிலை
வாய்திறந்து தும்மும்போது
        கடல் குமுறுகிறது
        தரை நொறுங்குகிறது
        விட்டில் பூச்சிகள் போல்
        சுடருக்குள் கருகுகிறார்கள்
        பாவிகளும் அப்பாவிகளும்.
சும்மா கிடக்கும் ஒருவனின் நெற்றியில்
ஆப்பிள் வீழ்கிறது
பிறந்த மாத்திரத்தில் சிலுவை நோக்கி
நடக்கத் தொடங்குகிறது
ஒரு சிசு.

●

வீழும்போது உருண்டையாய்த் திரண்டு
தரைதொட்டதும் உருவமிழக்கும்
மழைத்துளியை நினைவுகூர்கிறேன்.
இழுபட்டு
பள்ளம் நோக்கிப் பாயலாம். ஒரு
நொடியில் ஆவியாகி
பூர்விகம் சேரலாம்.

இடைப்பட்ட வேளை
சேந்தியெடுக்கும் உள்ளங்கையில்
ஆகாயம் காட்டலாம். உற்றுநோக்கும்
குழந்தையின் முகத்தைக்
கொள்ளலாம்.

மழைபற்றிய பேச்சு
நீர் பற்றிய ஆதங்கம்
வெள்ளம் பற்றிய குமுறல்
வறட்சி பற்றிய கதறல்
எழும்போதெல்லாம்
அடையாளமற்று வந்துபோகும்
மழைத்துளியின் நினைவுதான்.
வாழ்வு பற்றிய கருத்து அல்ல
வாழ்வதே வாழ்க்கையென்ற
மகத்தான ஞானம் அதற்கு.

கூட்டத்துடன் கலப்பதிலோ
வசிப்பிடம் பற்றியோ
வாழ்நாள் பற்றியோ
புகாரும் இல்லை . . .
வானகமும் புவியகமும்
சமதொலைவில் கொண்ட
ஞானியின் வாழ்வு
ஈரக் கசிவாய்த் தொட்டுப் போகிறது
என்னை.

உலர்தல் ஒன்றும்
பாதகமில்லை.

●

மூன்றாம் பிறை வடிவாய்க்
கிடக்கும்
வெட்டியெறிந்த நகத் துண்டு
சற்றுமுன் வரை
உடம்பாய் இருந்தேன்
என்கிறது.

கடைக்கார அண்ணாச்சி கழித்ததால்
தார் வீதியில் உருண்டு
நசுங்கிய தக்காளி
இன்னும் கெட்டுப்போகவில்லை
இடவாகு மட்டும் இருந்தால்
நூறுநூறு பழங்களைப் பிறப்பிப்பேன்
என்றது.

இருக்கவும் இருந்து
இல்லாமலும் போவேன் என்றபடி
சாவகாசமாய் உயர்ந்து கரைகிறது
சிகரெட் புகை.

நகத்துண்டும் சிகரெட்டும்
அழுகிய பழமும்
விரிக்கும் காலைத் தனிமையில்
குளிர் மண்டி இருக்கிறது.
வெம்மையின் சிறு கதிர்கள்
விரவிப் பரவுவதை
வேடிக்கை பார்த்தபடி

நிற்கிறேன்
காட்சியுள் நிரம்பியும்
தலை மட்டும் அமிழாது

எதிரெதிராய் இழுக்கும்
இறக்கைகளுக்கு
ஈடுகொடுத்தபடி.

●

துருத்தி
காற்றை உருவாக்காது
கடைய மட்டுமே செய்யும்.
கத்தி
மரம் வளர்க்காது
வெட்டவும் செதுக்கவும்
ஆகும்.
உளி
சிலை வடிக்க அறியாது
சிற்பியின் கனவை
சிரமேற்று நடத்தும்.
எதிரெதிர்க் கரைகளைத்
தொட்டு மீளும் படகு
நீரின் ஆழத்தை
அறிவதற்கு வாய்ப்புண்டா?

ஒருபோதும்
பறவை
வானத்தை வனையாது
ஆனால்
நினைவுறுத்திக் கடந்து போகும்.

●

பகல்
தன்னைத்தானே விழுங்கி
இரவாகிறது
செரிமானம் வெகு சரளம்.
விதை
தன்னை அழித்து மரமாகிறது
அழிவதில்தான்
என்ன களிப்பு
எத்தனை பூரிப்பு.

தன்னை விழுங்கும் இரவும்
தானாய் அழுகும் கனியும்
கொள்ளும்
சக்கரச் சுழற்சியை
அறியலாம்
அளப்பது கடினம். எனினும்

சலிக்காமல் சுழலும் ஆரங்கள்
கடைந்து கிளர்த்தும்
ஓயா அலைகளில்
தத்தியும் தாவியும் ஊர்கிறதென்
தோணி. சுவாசம் போல
சீரான துடுப்பொலி.

முகட்டில் வியப்பும்
சரிவில் துயரமும் எழுப்பும்
மௌன ஓலம்
திசைவெளியெங்கும் ஒலிக்கிறது
ஹை! ஹோ!
ஹை! ஹோ . . .

●

தீராப் பகல்

இருந்த காலமெல்லாம்
இறந்த காலம்
என்பார் தமிழய்யா.
அவரும் ஒருநாள்
இறந்து போனார்.
இருக்கும்போதே இறக்கும்
கணமொன்றில்
நீர்ப்பிறவி முடிந்து
உருவிழந்த திவலை
ஆவியாய்க் கிளம்பியதை
என்னவென்று சொல்ல,
இறந்த கணமா,
பிறந்த கணமா?

●

## பின்னுரை

# தொகுத்துக்கொள்கிறேன்

எனது மிக நெருங்கிய நண்பர் ஒருவரின் அபிமான வாக்கியம் இது:

கவிதையின் அடிப்படையே மாறிருச்சுங்க.

கவிதை பற்றிய பேச்சு வரும்போதெல்லாம் தவறாமல் உதிர்வது. நிஜமாகவே அவர் அப்படி நம்புகிறார் என்பதில் எனக்குச் சந்தேகமில்லை. ஆனால், அவரது நம்பிக்கையின் அடிப்படை என்ன என்பதுதான் இன்றுவரை புரியமாட்டேனென்கிறது. சகலமும் மாறிவரும்போது கவிதை மட்டும் எப்படி மாறாமல் இருக்கும் என்ற யூகத்தினால் இருக்கலாம். அல்லது, நவீன கவிதைகள் ஒரேவிதமாக, ஒற்றைக் குரல் போன்றே எழுதப்படுவது பற்றிய ஆதங்கத்தால் இருக்கலாம். அவருடைய காலத்தில் போல அடிப்படை இருத்தல் குறித்த வினாக்கள் குறைந்து, மேம்போக்கான கவலைகளும் செயற்கையான கரிசனமும் வெற்றுத் துடுக்கும் சமத்காரமான கசிவும் பாடுபொருளானது குறித்த விசனம்கூடக் காரணமாக இருக்கலாம்.

கவிதையின் புறஉருவம் மாறித்தான் இருக்கிறது. ஆனால், அதன் அடிப்படை மாறிவிட்டது என்ற பெருவாக்கியத்தில் எனக்கு ஒப்புதல் கிடையாது. காரணம், ஆகப் பழைய கவிதையில் தொடங்கி நேற்று எழுதப்பட்ட புத்தம் புதிய கவிதை வரை என்னை வசீகரித்த கவிதைகள் அனைத்துக்கும் ஒரு பொதுத்தன்மை இருக்கத்தான் செய்கிறது. அதன் தாது அல்லது என் கவிதை ரசனையின் அடிப்படைதான் அந்தப் பொதுத்தன்மையை வரையறுக்கிறது.

மற்றவர்களுக்கும் இப்படியே இருக்கும் என்றே நம்புகிறேன். அப்படியானால் ஒரு சங்கப்பாடலுக்கும் இன்றைய கவிதைக்கும் இடையில் வேறுபாடுகளே இல்லையா என்ன? நிச்சயம் இருக்கிறது முன்பே சொன்னது போல் கவிதையின் புற வடிவமும், கவிதானுபவத்தைப் பதிவுசெய்ய உதவும்

கூறுகளும் மாறித்தான் இருக்கின்றன. நாட்காட்டி மற்றும் கைக்கடிகாரத்தின் வழி நிறுவப்பெறும் கால அடுக்கின் புறச்சான்றுகள் மாறுவது போல.

ஆயினும், மொழிபயிலாத குகைமனிதன் முதல் ராக்கெட் யுகத்தின் நவீனக் கொடுக்குவரை 'நான்' என்ற உணர்வும் அதனடியாக உருப்பெறும் கால அனுபவமும் ஒன்றேயாக நீடிப்பது போல் கவிதையின் அக வடிவம் ஒருபோதும் மாறுவதற்கில்லை. ஏனெனில், அதைப் பொறுத்துத்தான் கவிதை கவிதை என்ற பெறுமானத்தை அடைகிறது. தாடி மீசை முளைத்து, நரைத்து, உதிர்ந்தும் விட்ட இந்த நாட்களிலும் உடம்பின் மாற்றங்களைக் கொஞ்சமும் பொருட்படுத்தாமல் ஆதியிலிருந்து எனக்குள் மாறாது நிலவிவரும் ஒற்றை 'நான்' போல.

தாவரங்களுக்கும் பாறைகளுக்கும் உள்ளது போலவே காலத்தால் அழியாத தற்தொடர்ச்சி கவிதைக்கும் இருக்கிறது என்பதே என் நம்பிக்கை. அதன் காரணமாகவே ஆப்பிரிக்க நாட்டுப் பாட்டிலும், அமேரிக்க ஜாஸ் பாடலிலும், ஜப்பான் அல்லது சீனாவின் தொன்மையான தத்துவக் கவிதையிலும் ஒரே சரடைப் பிடிக்க முடிகிறது. உண்மையில், அந்தச் சரடின் அடிப்படையில்தான் ஒரு படைப்பு கவிதை அல்லது கவிதையில்லை என்ற முடிவை வந்தடைகிறேன் – அதுபற்றிய சிந்தனை ஆரம்பிப்பதற்கு முன்னான உணர்வுக் கணத்தில்.

உதாரணமாக, சீனத் தொல்கவிஞரான லீ ப்போவின் கவிதை ஒன்று.

> பறவைகள் மறைந்துவிட்டன.
> கடைசி மேகமும், இதோ, கரைகிறது.
>
> நாங்கள் ஒன்றாய் அமர்ந்திருக்கிறோம்,
> நானும் இந்த மலையும் –
> மலை மட்டும் எஞ்சும் வரை.

இந்தக் கவிதையில் காலக்குறிப்பு, பழசாவதற்கான அம்சம் என எதுவுமே இல்லை அல்லவா? இது கவிதை என்ற அந்தஸ்தில் நீடிக்கும்வரை கவிதை மாறவில்லை என்றுதானே பொருள்? அல்லது என்றுமே மாறாத ஒரு அம்சத்தின் அடிப்படையில்தான் கவிதை என்ற பொதுத்தளமே நிர்மாணிக்கப்பட்டிருக்கிறது என்றும் சொல்லலாம்.

**க**விதையை அறுபடாது நீளும் உரையாடல் என்றே கருதுகிறேன். கடந்த இருபது ஆண்டுகளில் நான் எழுதி

வெளியிட்ட ஐந்து கவிதைத் தொகுதிகள் வழி, ஒட்டுமொத்தத் தமிழ்க் கவிதை வாசகப் பரப்புடன் உரையாடி வந்திருக்கிறேன். மறுமுனையில் பங்கேற்றவர்களின் எண்ணிக்கை என்ன என்பது ஒரு பொருட்டே அல்ல. மௌனம் ஒருவித உரையாடல் மொழி என்பதை மறுக்க முடியுமா என்ன!

முந்தைய தொகுப்புகளில் நான் எழுதிய முன்னுரைகளில் நினைவுகூர விரும்பும் பகுதிகளை இந்தச் சந்தர்ப்பத்தில் மீண்டும் குறிப்பிடலாம் என்று தோன்றுகிறது...

**அ**ழகியல் நோக்கின் நீட்சியாக உருவம் பெறும் கவிதை சமூகவியல் கேள்விகளையும் எதிர்கொள்ள நேர்கிறது. கவிதை எழுதுபவனை நோக்கி, 'நீ யாரை / எதைச் சார்ந்தவன்?' என்ற கேள்வி வீசப்படுகிறது. காலம் வெகு சுலபமாக நிர்மாணித்துவிடும் சிறைக்கம்பிகளுக்குப் பின்னாலிருந்துகொண்டு வெளியே இருப்பவனைக் 'கைதி, கைதி' என்று ஏளனம் செய்கின்றன இக்கேள்விகள்.

இக்கேள்விகளும் இவற்றுக்கான பதில்களும் பரபரக்கும் பிரதேசத்துக்கு வெளியே கவிதை அனுபவத்தை விழையும் மனங்கள் சந்திக்க முடியும். அந்தப் பின்னணியில் எழுதுபவன், வாசிப்பவன் என்னும் இரட்டைநிலையும் இல்லாது போகக் கூடும்.

**(ஒற்றை உலகம்)**

**ம**னம், தான் தேர்ந்துகொள்ளும் கால–வெளி அமைப்பின் அடிப்படையில், உணர்ச்சிகள் ததும்பும் ஒரு முனையை உருவாக்கி அதை உறுதிசெய்து கொள்கிறது. இவ்விதமாகவே தான் இருப்பதையும் உறுதிசெய்துகொள்கிறது – எதிர்முனை ஒன்றும் உருவாகிறது. ஆக ஒரு நிலைப்பாட்டின் பின்னணியில் மேற்கொள்ளப்படும் பல செயல்பாடுகள் போன்று கவிதைகளின் உருவாக்கமும் நிகழ்கிறது. இவ்விதம் எழுதப்படும் கவிதைகளைச் 'சார்புநிலைக் கவிதைகள்' என்று சொல்லலாம். தன்முனை, எதிர்முனை என்ற இரட்டைத்தளத்தை நிலைப்படுத்தவும், ஒருமுனையின் உணர்ச்சிப் பெருக்குகளை முறைப்படுத்தவும் நியாயப் படுத்தவும் உதவிகரமாய் இருக்கும் கவிதைகள் அவை. எதிர்முனையில் தன்னைப் பொருத்திக்கொள்ளும் மற்றொரு மனம் இக்கவிதைகளை எதிர்கொள்ளும்போது ரசம் பூசப்பட்ட கண்ணாடியைப் போல இடவலமாய் மாற்றியே படிக்கும்.

மாறாக, இவ்விரு முனைகளையும் தவிர்த்த பிற முனைகள் இருக்குமானால் அவற்றையும் ஒரே நேரத்திலும், சமமாகவும் பார்க்கும் கவிதைகளும் எழுதப்பட்டிருக்கின்றன. அந்தரங்கக் கவிதை என்ற சற்றுக் குறுகிய சுயவயத் தளத்திலிருந்து கவிதையின் அந்தரங்கம் என்னும் தளத்திற்குள் பிரவேசிக்கும் கவிதைகள். ஏதோவொரு மனத்தின் ஆழ்தளங்களின் பதநிலையிலிருந்து எழுதப்பட்டபோதும் வாசிக்கும் தனி மனம் ஒவ்வொன்றிலும் அதனதன் குரலே போன்று ஒலிப்பவை.

**(வேறொரு காலம்)**

**க**விதை பற்றிய கருத்தாக்கங்கள் எல்லாமே தாய்க் கவிதையைப் பற்றியதாகவே இருக்க முடியும். எழுதப்பட்ட கவிதைகள் – அவை எத்தனை மகோன்னதமானவையாக இருந்தபோதிலும் – சிசுக் கவிதைகளே. தாய்க்கவிதை பற்றிய சொல்லாடல்கள் ஒரு ஆதரிச நிலை பற்றிய விழைவுகள் மாத்திரமே. அந்த நிலையை ஒரு கவிதை அல்லது கவிஞன் எட்டிவிடும் சந்தர்ப்பத்தில் தாய்க்கவிதை இன்னும் வெகுதூரம் விலகிச் சென்றிருக்கும்.

எழுதப்படாத தாய்க் கவிதை எண்ணற்ற கவிதைகளைப் பிறப்பித்துக்கொண்டேயிருப்பது எவ்வளவு சுவாரசியமான உள்முரண்!

நிச்சலனமான நீர்ப்பரப்பில் கல் விழுந்து உருவாகும் நீர்வளையங்கள் போல மொழியின் தர்க்கப் பரப்பில் ஒரு சொல் விழுந்து உள்மடிப்புகள் உண்டாகின்றன. அதிகபட்ச உள்மடிப்புகளைக் கவிதை ஏற்படுத்துகிறது – எழுதும் மனத்திலும் வாசிக்கும் மனத்திலும் . . .

மனத்தில் ஒரு சுவாதீனமான மொழிப்பரப்பு நிலைகொண்டிருக்கிறது. (இதன் மறுபார்வையாக, நிலை கொண்ட ஒரு சுவாதீனமான மொழிப்பரப்பையே நாம் மனம் என்ற சொல்லால் குறிப்பிடுகிறோம்.) வேரூன்றிய இப் பரப்பைக் கவிதானுபவம் ஊடறுக்கிறது என்று மாத்திரமே சொல்ல முடியும். ஜென் கவிதைகளை இதற்கான சிறந்த உதாரணங்களாகச் சொல்லலாம் . . .

தெரிந்த சொற்களின் வழி பிரயோகமாகும் தெரியாத நிலைகளைக் கிரகித்துக்கொள்வதில் சாதாரண மனம் *(common mind)* கொள்ளும் பிரமிப்பையே கவிதையின் புரியாத்தன்மை என்று கொள்ள வேண்டும்.

சிடுக்கான ஒரு கவிதையைப் புரிந்துகொள்வதற்காக, ஏற்கெனவே தனக்கு வழங்கப்பட்டு, தன்னுள் நிலைப் பட்டிருக்கும் மொழிசார்ந்த அர்த்தப் பரப்பைக் கீறிப் பார்க்கும் தீரமிக்க சவாலை வாசகமனம் மேற்கொண்டாக வேண்டும்.

கவிதையின் சூழூஉக் குறிகள் அழகியல் சார்ந்தவை, அவ்வளவே. மற்றபடி பருப்பொருள் உலகத்தை, அதன் அர்த்தப் பரப்பு சார்ந்த அகநிலைகளை, கணிதம் அறிவியல் உளவியல் போன்ற அறிவுத்துறைகள் பரிசீலிக்கும் விதமாகவே கவிதையும் விவாதிக்க முடியும். பாடல் *(lyric)* என்ற வடிவத்துக்கும், கவிதை என்ற வடிவத்துக்கும் உள்ள அடிப்படை வித்தியாசமே அறிவார்த்தப் பரவச நிலை *(intellectual ecstasy)* தான்.

**(புகைச்சுவருக்கு அப்பால்)**

**ஆ**னால், கவிதைக்கு வெளியில் புழங்கும் தர்க்கமும், கவிதைவெளிக்குள் நிலவும் தர்க்கமும் ஒரே தளத்தி லானவை அல்ல. அவையிரண்டும் சில அடிப்படையான அளவைகளில் வேறுபடுபவை.

*1* தத்துவம் அறிவியல் சமூகவியல் போன்ற துறைகளில் செயல்படும் தர்க்கத்துக்கு நீண்ட வரலாற்றுத் தொடர்ச்சி உண்டு. வரலாற்றை எதிர்த்துக் கிளம்பும் புதியதொரு தர்க்கம், தானும் வரலாற்றின் பகுதியாக ஆகிவிடுகிறது.

கவிதைக்குள் உருவாகும் தர்க்கம், அந்தந்தக் கவிதையின் சந்தர்ப்பத்துக்காக மாத்திரமே உருவாவது. அல்லது, குறிப்பிட்ட கவிஞனின் கவிதைப் பரப்புக்குள் மட்டுமே செல்லுபடியாவது. கவிதையின் ஆரம்பத்தில் உருவாகி, அநேகமாக கவிதை முடியும் இடத்தில் தன்னை முறித்துக்கொள்வது. கவிதையின் பரப்புக்கு வெளியில் உள்ள தர்க்கத்தின் வரையறைகளை உணர்த்துவது – அதனுடன் எப்போதுமே முரண்படுவது.

*2* வெளியில் செயல்படும் தர்க்கத்தின் அக்கறை, எதையேனும் நிறுவிக் காட்டும் கறார்த் தன்மை மாத்திரமே. கவிதைக்குள் செயல்படும் தர்க்கத்தின் ஆதார முனைப்பு சொல்முறையின் அழகும், தர்க்கத்தின் வசீகரமும்.

*3* கவிதையின் தர்க்கம் அபரிமிதமான வாஞ்சை கொண்டது. வாசிப்பவன் மீதும், ஒருபோதும் தன்னை

வாசிக்காத எண்ணற்ற மானுடத் துகள்கள் மீதும் அக்கறையை, பரிவை, ஆதங்கத்தைத் தெரிவிப்பது.

தர்க்கபூர்வமாகத் தம்மைக் கட்டமைத்துச் செல்லும் கவிதைகளை இரண்டாம் பட்சமாகக் கருதும் போக்கு பரவலாக இருக்கிறது. கவிதையின் எண்ணற்ற செயல்பாட்டு முனைகளில் விசாரணை என்ற அம்சத்துக்கு உள்ள முக்கியத்துவத்தை அங்கீகரிக்காத போக்கு இது. பிற அறிவுத் துறைகளுக்கு நிகரான பெறுமானத்தை, ஒரு கலைப்பொருள் என்ற காரணத்தால் மட்டுமே கவிதைக்கு வழங்க மறுக்கும் செயல்.

கல் என்பது போலவோ, தித்திப்பு என்பது போலவோ புலன் அனுபவமாக உள்ளது அல்ல காலம். உண்மையில் பிறவியின் காரணமாகப் புலன்கள் திறப்பதற்கு முன்பே பிரக்ஞையில் பதிவாகியிருக்கும் அனுபவங்களில் ஒன்று அது எனத் தத்துவவாதிகள் சொல்கிறார்கள். எவ்வாறாயினும் காலம் என்ற அம்சம் ஸ்தூலவடிவம் கொண்டது அல்ல. மனத்தின் நனவிலிப் படுகையில் கிடக்கும் அது, மொழியின் செயல்பாடு காரணமாக மேற்தளத்துக்கு, அதாவது நனவு மனத்துக்கு வந்து சேர்கிறது.

அதன் காரணமாகவே மொழிக்குள் சிறையிருக்கும் துரதிர்ஷடத்துக்கு ஆளாகிறது. மொழியின் சிறையிலிருந்து அனுபவத்தை மீட்கும்போது, காலத்தை மீட்பதாகத்தான் பொருள். இதைத்தான் கவிதை நிகழ்த்த முயல்கிறது.

**(கைமறதியாய் வைத்த நாள்)**

**சி**று வயதில் பிரம்மாண்டமான மீன் பண்ணை ஒன்றுக்குச் சென்றிருந்தது ஞாபகம் இருக்கிறது. அரைக்கிணறு போன்ற ஆழமான காங்க்ரீட் தொட்டிகள். அவற்றுக்கிடையே அமைந்த சிமெண்ட் நடைபாதையில் யாரோ ஒருத்தரின் கையைப் பிடித்துக்கொண்டு நடந்துபோனேன். எந்த ஊர், யாருடைய கை என்பதெல்லாம் நினைவில் தங்காத சிறுவயதாக இருக்க வேண்டும். ஆனால், ஒவ்வொரு தொட்டியிலும் வேறுவேறு வகையான மீன்கள் துடிப்பாகப் போய்க்கொண்டிருந்த காட்சி அழுத்தமாக நினைவில் பதிந்திருக்கிறது.

மீன் தொட்டியை மனம் என்று உருவகித்துக்கொள்கிறேன். சொற்கள் குட்டியிட்டுச் சொற்கள் உருவாகி நசநசவென்று

சொற்கள் புழங்கும் மாயத் தொட்டி. சொற்கள் தம் இயல்பான சலனத்தில் இணைந்தும் விலகியும் அடர்ந்து திரியும் தொட்டியில் எல்லா நேரத்திலும் எல்லாச் சொற்களிலும் கவனம் குவிந்திருப்பதில்லை. கூட்டத்திலிருந்து விலகி வந்து கவனம் பெறும் மீன்கள் கொத்தாகத் திரளும் ஒரு சந்தர்ப்பம் கவிதையின் வரிகளாக உருக்கொள்கிறது.

எழுதும் மனத்தில் கவிதைவரி உருவாகும் இதே விதமாகத் தான் வாசக மனத்தில் கவிதை புரிவதும் நிகழ்கிறது என்று சொல்லலாம்.

இந்த இடத்தில் ஒரு முக்கியமான கேள்வியை எதிர் கொள்கிறோம். கவிதையைப் புரிந்துகொள்வது என்றால் என்ன?

அ. கவிஞனின் உத்தேசம் என்பனவாகத் தென்படும் எல்லைகளை அறிந்துகொள்வதா?

ஆ. கவிதையின் வரிகளுக்கு அப்பால், தன்னுடைய திராணியும் சுதந்திர இச்சையும் சார்ந்து வாசகன் மேற்கொள்ளும் பயணத்தின் துவக்கமா?

உண்மையில் தர்க்கபூர்வமாகப் புரிவதற்குச் சற்று முன்னமேயே கவிதை புரிந்துவிடுகிறது. சொல்லற்ற ஒரு தளத்தில் கவிதையின் வெளிச்சம் பாய்கிறது. மொழியமைப்பில் உள்ள வசீகரம் காரணமாக, முதல் வரியிலிருந்தே மேலெழும் வாஞ்சையின் காரணமாக, சொற்றொடர்களின் பிரயோகத்தில் உள்ள நூதனம் காரணமாக, இவையனைத்துக்கும் மேலே அந்தக் கவிதை உணர்த்த முனையும் அனுபவத்தை ஏற்பதற்கான பதநிலையில் வாசகமனம் இருப்பதன் காரணமாக என்று பல்வேறு காரணிகளைச் சொல்லிக்கொண்டே போகலாம்.

ஒரு மொழிக்கொத்தாக மனத்தில் தொற்றுவதற்குச் சில நுண்கணங்கள் முன்பே கவிதை வாசக மனத்தில் தன்னை ஊன்றிக்கொள்கிறது. இன்னதென்று தெரியாத விதை போல. இனி அது வளர்ந்து பூமிக்கு வெளியில் தலைகாட்டும்போது தான் தெரியும் எந்தவிதமான தாவரம் என்று.

கவிதை என்ற சொல்லுக்கும், அனுபவம் என்ற சொல்லுக்கும் உள்ள உறவு சாமானியமானதல்ல. பிற புனைவு வடிவங்கள் ஒரு சந்தர்ப்பத்தை உருவாக்கி, அதில் அனுபவத்தின் சாரத்தை இறக்க முயல்கின்றன என்றால்

அனுபவத்தையே நேரடியாக முன்நிறுத்த முயல்கிறது கவிதை.

அனுபவம் பற்றிய சிறு குறிப்பு மாத்திரமே என்னிடம் வழங்கப்படுகிறது. அதன் நீள அகல ஆழங்களை வாசகனாகிய நான்தான் உருவாக்குகிறேன். உணர்ச்சி சார்ந்தும் அறிவார்த்தம் சார்ந்தும் என் கைவசம் உள்ள தாதுக்களைக் கொண்டு நான் வனைவதுதான் முழுமை பெற்ற கவிதானுபவமாகத் திரள்கிறது. அதாவது, கவிஞனின் வார்த்தைகளும் கவிதை உபகரணங்களும் ஒரு சாக்கு மாத்திரமே. அவற்றில் காலையூன்றி நான் சாடும் அந்தரத்தில் எனக்கான கவிதையனுபவம் கட்டப்படுகிறது.

விக்கிரமாதித்தன் கதையில் ஒரு ஓவியன் வருவான். தற்செயலாகக் கிடைத்த கட்டைவிரல் நகத்தை வைத்து அந்த நகத்துக்குரிய பெண்ணின் முழு உருவத்தை, அவளுடைய தொடையில் இருந்த மச்சம் உள்பட, வரைந்து முடிப்பான். அவனுடையதே போன்ற தீவிரமான தியான நிலைக்குள் நான் இறங்குகிறேன்.

இலக்கணத்தின் பிடியிலிருந்து முற்றாக வெளியேறிக் கவிதாம்சத்தின் தாழ்வாரத்தில் தமிழ் நவீன கவிதை நடைபயில ஆரம்பித்துக் கிட்டத்தட்ட ஒரு நூற்றாண்டுக்கு மேல் ஆகியும் கவிதையைப் புரிந்துகொள்வதற்கு ஒரு சமச்சீரான பாதை உருவாகிவிடவில்லை. தொடர்ந்து புழங்கி நிலைபெற்றுவிட்ட மார்க்கத்தில் எதிர்ப்படும் ஒவ்வொரு புதிய விதக் கவிதையும், தன் இயக்கத்தில் நூதனம் கொண்ட ஒவ்வொரு புதிய கவிஞனும் வாசக மனத்தை நோக்கி விடுக்கப்படும் மாபெரும் சவால்கள்தாம்.

வாசிக்கும் மனத்தில் கேள்விகளின் சரவரிசையைக் கிளர்த்திவிடுவதன் மூலம் தன் இயக்கத்தை நிறுவிக் கொள்கிறது கவிதை. கவிதையின் உள் தர்க்கமும், கவிதைக்கு வெளியில் செயல்படும் பொதுத் தர்க்கமும் ஒத்துப்போகிற / முரண்படுகிற முனைகளில் உருவாகும் கேள்விகள், பல நேரங்களில் கேள்விகளாகவே நின்றுவிடும் இயல்புடையவை. அதன் காரணமாகவே நிரந்தரத் தன்மை கொண்டவை.

**(தோற்றப் பிழை)**

**க**விதைகள் எழுதுவதில் மட்டுமே ஆர்வம் கொண்டிருந்த என்னைக் கவிதை பற்றிப் பேசுவதிலும் ஈடுபத்தியதியவை திரு. பிரம்மராஜன் கூட்டிய கவிதைப் பட்டறைகள்; மற்றும்

குற்றாலம் ஹொகனேக்கல் உதகமண்டலம் ஆகிய இடங்களில் ஜெயமோகன் நடத்திய நித்யா ஆய்வரங்குகள்.

ஒருவரின் கவிதைகளை உதிரியாக வாசிப்பதைவிடத் தொகுப்பாக வாசிக்கும்போது அவர் கட்டியெழுப்ப விழையும் உலகம் துலக்கம் பெறும் என்பது என் நம்பிக்கை. முழுத் தொகுப்பாக அவை வெளிவரும்போது நீண்டதொரு காலகட்டத்தில் அவருடைய செயல்பாட்டின் திரட்சியை அளக்க உதவியாக இருக்கும். இந்த வசதிகருதியே இதுவரை நான் எழுதியிருக்கும் கவிதைகள் அனைத்தியும் தொகுத்துப் பார்க்க முனைந்தேன்.

கவிதை நூல்களை வாங்குபவர்கள் அருகிவிட்டார்கள், அவை விற்காது என்ற பரவலான கருத்து நிலவும் சூழலில்தான் ஒவ்வோர் ஆண்டும் நூறுக்குக் குறையாத கவிதைத் தொகுதிகள் வெளிவரவும் செய்கின்றன. தமிழ் மனத்தில் கவிதைக்கான ஆசை அவ்வளவு மகத்தானது என்றே புரிந்துகொள்ள விரும்புகிறேன். என்றாலும் வாசிப்பதும் எழுதுவதும் வேறு. அதை நூலாக வெளியிட முன்வருவது முழுக்க முழுக்க வேறு.

வெளிவந்த ஐந்து தொகுப்புகளையும் வெளிவராத ஆறாவதையும் ஒரே நூலாக வெளியிடும் காலச்சுவடு பதிப்பகத்துக்கும் கண்ணனுக்கும் என் மனமார்ந்த நன்றிகள்.

சுகுமாரனுக்கு நன்றி சொல்வது என் கையை நானே குலுக்கிக்கொள்வதற்கு ஒப்பானது.

முதல் தொகுப்பான 'ஒற்றை உலக'த்தை **தேவதச்சனு**க்கும், 'வேறொரு கால'த்தை **ஆனந்த், தண்டபாணி** இருவருக்கும் சமர்ப்பித்திருந்தேன். அடுத்த மூன்று தொகுதிகளான 'புகைச்சுவருக்கு அப்பால்' **என் காதல் மனைவி உஷா**வுக்கு, 'கைமறதியாய் வைத்த நாள்' **சுந்தர ராமசாமி**யின் நினைவுக்கு, 'தோற்றப் பிழை' என் நண்பர்களும் மலையாளக் கவிஞர்களுமான **கல்பற்றா நாராயணன், டி பி ராஜீவன்** ஆகியோருக்குச் சமர்ப்பணமாயின.

அவர்கள் அனைவரின் மீதும் உள்ள அபிமானமும் நன்றியுணர்வும் கொஞ்சம்கூடக் குறையவில்லை – இன்று வரை. அவர்களுக்கே இந்த முழுத் தொகுப்பை சமர்ப்பணம் செய்கிறேன்.

நவீன கவிதையின் சாரமான மையத்தை நோக்கி என்னைக் கைபிடித்து அழைத்துச் சென்ற தேவதச்சனை

இத்தருணத்தில் வெகுவாக நினைவுகூர்கிறேன். என்னுடைய தகப்பனார்மீது இருக்கும் அதே அளவு பிரியத்தை அவருக்கு மீண்டுமொருமுறை தெரிவிப்பதில் அளப்பரிய மகிழ்ச்சி கொள்கிறேன்.

'யுவன் சந்திரசேகர்' என்ற புனைபெயரில் அநேக நூல்கள் வெளிவந்த பின்னர், இந்த முழுத் தொகுப்பையும் அதே பெயரில் வெளியிட்டால் என்ன என்றொரு யோசனை தோன்றத்தான் செய்தது. ஓரிரு நாட்கள் குழம்பிவிட்டு, 'எம். யுவன்' என்ற பெயரிலேயே வெளிவரட்டும் என்று முடிவெடுத்தேன்.

ஆமாம், எத்தனை ஆண்டுகள் கடந்த பின்னும் **எம்** மின் மேல் இருக்கும் காதலும் ஏக்கமும் அத்தகையவை.

சென்னை **எம். யுவன்**

*25.12.2016*

# ஆசிரியரின் காலச்சுவடு வெளியீடுகள்

**ஊர்சுற்றி**
(நாவல்)
ரூ. 500

**நினைவுதிர் காலம்**
(நாவல்)
ரூ. 230

**பயணக் கதை**
(நாவல்)
ரூ. 480

**ஏமாறும் கலை**
(சிறுகதைகள்)
ரூ. 290

**ஒளிவிலகல்**
(சிறுகதைகள்)
ரூ. 280